ஒய்யாரி

வல்லிக்கண்ணன்

Title: Oyyari

Author: Vallikannan

Language: Tamil

First Published on: 1949

Year of Publication: 2024

Book Format: Paperback

*Page Size: 6inch * 9inch*

Category: Fiction

Subject: Short Novel

No. of pages: 54

ISBN: 978-81-997361-3-9

Published by: Nilan Publishers, Madurai, Tamilnadu, India

பொருளடக்கம்

குறிப்புகளுக்காக

ஒய்யாரி

அத்தியாயம் : 1

காற்றிலே மிதந்து வரும் கானம்போல் இனிமையாக இருந்தது அவள் வருகை. அழகிய ஆடையின் தலைப்பு பின்னாலே பறந்தாட, கண்கள் அப்படியும் இப்படியும் சுழன்றாட, காதுகளில் லோலக்குகள் அசைந்தாட அவள் அடி எடுத்து வைத்தது பார்ப்பவர் மனதைத் திண்டாடத் தூண்டியது. எழிலுக்கு எழிலூட்டும் "ஸேரி" யின் முன் கொசுவம் புரண்டு அசைந்து அவளது அழகிய பாதங்களைத் தொட்டுத் தடவித் துவண்டு, அவளது அழகு நடையால் அங்குமிங்கும் அலைபாய்ந்த வசீகரம் அவளைக் கண்டு நின்றவர்களின் உள்ளத்தில் எவ்வளவோ எண்ண அலைகளை எழுப்பின.

தனது அழகை அவள் உணர்ந்து, தன் எழில் மற்றவர்களை என்ன பாடு படுத்துகிறது என்பதை நன்கு உணர்ந்து, ஒயிலாக நடந்துகொண்டிருந்தாள். அவளது கறுமணிக் கண்கள் பாதையோரங்களில் இருந்தவர்களது தன்மையை விழுங்கப் பாயும். ஆள்விட்டு ஆள் தாவித் துள்ளும். ஆடம்பரக்காரன் எவன் மீதாவது படியும். செல்லப்பிள்ளை ஒருவனை வசியம் செய்யும் வலையெனப் பார்வை பரப்பி மீளும்.

அவள் இன்பக் கவிதை. சிங்காரியான அவளுக்கு எப்படி மினுக்கிக் குலுக்கி காந்தமாய்த் திகழ வேண்டும் எனும் ஈலை நன்கு கைவந்திருந்தது. அந்த வீதியில் தினந்தோறும் மாலை வேளையில் அவள் தனக்குத்தானே விளம்பரமாகத் தளுக்கித் திரிந்தாள்.

வழியோடு போகிறவர்கள் யாராக இருந்தாலும் சரி, அவளை ஒரு தரமாவது பாராமல் போக முடியாது. அவள் வனப்பை ஒரு முறை ரசித்த கண்கள் மீண்டும் மீண்டும் அவளைச் சுற்றி வளைய வரத் தவறாது. வீட்டு ஜன்னலின் பின் நின்றும், மாடியிலிருந்தும், உலாவி வருகின்ற உல்லாசக்காரியைக் கண்டு களிக்கக் காத்திருப்பவர்களுக்கு குறைவே கிடையாது. அவள் பலரது பார்வைக்கு விருந்து. எண்ணற்றோரின் பேச்சுக்குப் பொருள். சிலரது ஏக்கத்துக்கு ஒரு தூண்டுகோல்.

அடிக்கடி அவளைப் பார்த்தவர்கள் அவளைப் பற்றி ஆராய வேண்டும் என எண்ணினால் தவறே கிடையாது. முதல் முறை பார்த்ததுமே, "பிரதர், இவ யாரு?" என்று பக்கத்தில் இருப்பவரிடம் கேளாத ரசிகர் இருந்தால், அவரது அருகில் ரசிக சிகாமணி ஒருவருமே இல்லை என்றுதான் அர்த்தம்.

"என்ன, வெளியே போகலாமா இப்படி சும்மா ஒரு வாக்?"

"போகலாம். ஆனால் இன்னும் அந்திமந்தாரை வரக் காணோமே ஐயா!"

"பின்னே என்ன அவசரம்! மெதுவாப் போகலாம். அந்தியிலே மந்தாரை பூக்கலேன்னா அதற்கு மதிப்பு ஏது!"

இது ஜாலி பிரதர்களின் சம்பாஷணை. வீதி மூலையிலே ஒய்யாரி வருகிறாள் என்றால் அந்தத் தெருவிலேயே பரபரப்பு ஏற்படும். இவள் யார்? இவள் யாராக இருக்கலாம் - இதுதான் எல்லோரது மனதிலும் கிடந்து விடையற்றுத் தவிக்கும் பிரச்னை.

"யாராக இருந்தால் என்ன? அவள் அழகி. அழகை எடுத்துக்காட்டி வனப்பு நிலா சிதறவல்ல சிங்காரி. சிங்காரத்தை நாலு சுவர்களுக்கிடையே, திரைகளுக்குப் பின்னே, நிறுத்திவிட மனமில்லாமல் ஊர்வலம் வருகிற ஒய்யாரி. அவள் பெயர் எதுவாகவும் இருக்கட்டுமே. நம்மைப்

பொறுத்தவரையில் அவள் மோகினிதான்" என்றார் ஒருவர் ஒரு சமயம்.

"அது சரி. இவள் மிஸ் மோகினியா, மிஸஸ் மோகினியா? அல்லது....."

"கற்பனைக்குக் கட்டுப்பாடும் கஞ்சத்தனமும் எதற்காக? அவள் மிஸ்ஸுதான்" என்று சீறினார் ஒரு ரசிகர்.

"எஸ்ஸு!" என்று ஆமோதித்தார் "ஸஹிருதயர்" ஒருவர்.

அவள் பெயர் எதுவாயினும், ஊர் எதுவாயினும், அவள் கதை என்னவே யாயினும், அவள் "மிஸ் மோகினி" என்றே பூஜிக்கப்பட்டாள் அழகுக் கலையன்பர்களால்.

அத்தியாயம் : 2

மிஸ் மோகினி வண்ணக் கலவைகளின் சித்திரமாய், வாசனை அலைகளின் கலைப்பொருளாய், நாகரிக வளர்ச்சியின் அளவுகோலாய் பகட்டாக நடந்து வந்து வீதிமுனையைத் திரும்பினாள் வழக்கம்போல, கண்மீன்கள் பலவற்றைப் பிடித்திழுக்கும் வலையானாள்.

ஆண்கள் மட்டுமல்ல! பெண்கள்கூட வைத்த விழி வாங்க மறந்துபோய் அவளையே கவனித்து நின்றனர். "என்னமாத்தான் அழகு பண்ணித் திரியுதா! தேவடியாளா இருப்பாளோ?" ... "சினிமாக்காரியாக இருந்தாலும் இருப்பாள்!" ... "இருப்பா, இருப்பா. இப்பதான் கெட்டலைகிறதுகளுக்குக் கணக்கு வழக்கு இல்லையே!" ... இருந்தாலும் அவள் டிரஸூம், அவள் பாஷனும், நடக்கிற ஸ்டைலும்..." "அவள் கழுத்திலே போட்டிருக்கிற செயினைப் பாரு. காது லோலக்கு புது டிசைனாயிருக்கே. இவள் நகைகளை எங்கே வாங்குறாளோ. எப்படித்தான் பணம் கிடைக்குதோ?" ... "அவளுக்கு ஏன் பணப்பஞ்சம் வரப்போகுது?"- இப்படி பெருமூச்சு, ஏக்கம், பொறாமை, வியப்பு, ராஹிக்கியம், வயிற்றெரிச்சல், வெறுப்பு, பாராட்டுதல், பழிப்பு முதலிய பலவித உணர்ச்சிகளையும் அந்த வட்டாரத்துப் பெண்ணுலகிலே விதைத்துத் திரியும் விந்தையாக உலவிய மோகினியை வீதியில் கண்டதும், அவள் பின்னால் மெதுநடை நடந்து அவள் பின்னழகை ரசித்துக்கொண்டே போகிற ஒன்றிரு வாலிபர்கள் உண்டு. அவளைத் தாண்டி வேகமாய் போய், பின் அவள் மின்வீச்சுப் பார்வையைக் கண்ணிலே ஏற்கும் ஆசையோடு எதிர் வருவோரும் உண்டு. அவள் அருகிலே சென்று அவளது வாசனையையும் வனப்பையும் விழுங்க முயல்வோரும் உண்டு.

இவ்விதம் பித்தேறித் திரிந்தவர்களிடையே பெரும் பித்தனாக விளங்கிய வாசுதேவன், அவளைக் கண்டதும் குஷியாக ஏதாவதொரு "நோட்" ஒலிபரப்பத் தொடங்குவான். உதட்டைக் குவித்து "சீட்டி" யடித்து, சில சமயம் மெதுவாகப் பாட்டிழுப்பான். அவனை அவளும் நன்றாகக் கவனித்துத்தான் வைத்திருந்தாள். எப்படி அசட்டை செய்ய முடியும்?.

பழங்கால பாகவதர் ஒருவர் பாடி புகழ் அளித்திருந்த பாட்டு ஒன்றின் சில அடிகளை மட்டும் திருப்பித் திருப்பி சித்ரவதை செய்துகொண்டே தனக்குப் பின்னால் வந்து முன்னேறி, பின் எதிரிலிருந்து திரும்பி வரும் பிரகிருதியை அவள் ஒதுக்கிவிட முடியுமா? அதிலும் அவன் பணக்காரன் மகன் பணக்காரன்- "காற்றடிக்கும் சோலையிலே கனியடித்துத் திரிகின்ற செல்லப்பிள்ளை" - என்கிற உண்மை ஊரெல்லாம் தெரிந்த முக்கிய விஷயமாக இருக்கும்போது!

அதனால், மோகினியின் நீள் இமை கடந்து வெட்டிப் பாயும் நெடுங்கண் நோக்கும், இதழ்க்கடையில் வெடிக்கும் மென்சிரிப்பும் அவனுக்காகக் காத்திருக்கும். இதில் வியப்பில்லை.

அன்றும் வாசுதேவன் வழக்கம்போல் "சிங்காரி ஒய்யாரி- ஜகத்தை மயக்குமிந்த மதிமுகத்தைப் படைத்திட்ட சிங்...காரி ஒய்...யாரி!" என்று தேவையான ஒலியேற்றம், இறக்கம், அழுத்தங்களுடன் பாட்டிழுத்து அலங்காரியின் பின்னால் நடந்தான். அன்று அவளது அழகு அதிகரித்திருப்பதுபோல் தோன்றியது அவள் கட்டியிருந்த புதுப்பட்டினாலோ அல்லது மணிப்புறாவின் சிலிர்த்து நிற்கும் வால்புறம் போல் -சின்னஞ்சிறு சிங்கார விசிறிபோல் - கூந்தலை எடுத்துச் செருகி மயக்கும் கொண்டை போட்டிருந்ததனாலா என்று அவனால் தீர்மானிக்க முடியவில்லை. அவன் அவளைக் கடக்கலாமா வேண்டாமா எனத் தயங்கியபடி நடந்ததால் கொஞ்ச தூரம் அவள் கூடவே சம நடைபோட நேர்ந்தது. அப்பொழுது ஆப்பிள் பழம் போன்ற அவள் கன்னத்து

மினுமினுப்பையும், மை பூசி கண்கள் கணத்துக்குக் கணம் தன் மீது உகுக்கும் கள்ள நோக்கையும் அவன் ரசிக்க முடிந்தது. அவளது மாதுளை மொக்கு இதழ்களில் சிறுநகை நெளிந்தது என்று அவன் நம்பினான்.

அவனுக்கு அளவற்ற மகிழ்வு. அவன் களிப்பில் சிக்கி நடை தளர்ந்த சமயம் அவள் வேகமாக முன்னேறிவிட்டாள். அவள் நடப்பது கூட வீதி வழியே நாட்டியமாடிக் கலையாக முன்னேறுவதுபோல் தோன்றியது.

அவளது அழகு நடையை வியந்தபடி நின்ற அவன் பார்வையில் கீழே கிடந்த வெண்பொருள் ஒன்று தென்பட்டது. பாய்ந்து சென்று எடுத்தான். கைக்குட்டை. அவளுடையதுதான். அது கீழே விழுந்ததைக்கூட கவனியாமல் வேகமாய்ச் சென்றிருக்கிறாள் அவள் என்று நினைத்தானே தவிர, அதை மோகினி வேண்டுமென்றே நழுவவிட்டிருப்பாள் என அவனால் எண்ண முடியவில்லை. அதை கையில் வைத்து அழகு பார்த்தான். கை லேசாக உயர்ந்தது. சிறு தயக்கம். பிறகு துணிச்சலாக அதை மோந்து பார்த்தான். “அம்மா, என்ன வாசனை... என்ன வாசனை! ஆகா, எவ்வளவு இனிமை! இதை அவளிடம் கொடுத்துவிடலாமா அல்லது....."

ஒய்யாரி அந்த வீதியின் மறுமூலையை அடைந்துவிட்டாள். பாதைத் திரும்பத்தில் மறைவதற்கு முன் சற்று நின்று திரும்பிப் பின்னால் நோக்கினாள். மெதுநடை நடந்த வாசுதேவன் அவளிடம் ஏதாவது பேச ஒரு சந்தர்ப்பம் கிடைத்தது என்ற பெரு மகிழ்வோடு வந்து கைக்குட்டையை நீட்டினான். “இந்தாங்க, இது உங்க இதுதானே? ரோட்டிலே விழுந்து கிடந்தது. "

அவள் நன்றாக நடித்தாள். அவள் முகத்தில் வியப்பும் மகிழ்வும் கலந்து தவழ்ந்தன. அவளது விழிகள் ஜம்பப் பை பிடித்த தன் கையைப் பார்த்தன; இடுப்பின் பக்கம் பாய்ந்தன. திகைப்பு பிறந்தது அவள் முகத்தில் "ஓ... காணலேதான்!" என்ற

இனிமைக்குரல் உதிர்ந்தது. அவள் நோக்கு அவன் கை மீது நீந்தியது. "ஆமா, இதுதான். என்னுடையதுதான். ரொம்ப வந்தனம்" என்று சொல்லி கைக்குட்டையைப் பெற்றுக் கொண்டாள். அவ்வேளையில் அவள் பார்த்த பார்வை! சிரித்த சிரிப்பு! அவை சரியாக வேலை செய்தன.

அவன் சொக்கிப்போனான்.

அவனுக்கு என்ன பேசுவது என்றே புரியவில்லை. அவள் முகத்தையே பார்த்துக்கொண்டு நின்றான். நூறு கேள்விகள் கேட்கலாம்- 'நீ யார்? உனக்கு எந்த ஊர்? என்ன வேலை? இப்படி தினம் எங்கே போகிறாய்? நீ ஏன் தனியாகப் போகிறாய்? கல்யாணமாகிவிட்டதா? அப்படியானால் கணவன் எங்கே? மணமாகவில்லையெனில் அதன் மர்மம் யாது?" ... இப்படி எவ்வளவோ விசாரித்து அறியவேண்டும் என்ற துடிப்பு, சமயம் கிடைத்தபொழுது தலைதூக்காமல் அவன் இதய ஆழத்திலேயே பதுங்கிவிட்டது. அவன் அசட்டுச்சிரிப்பு சிரித்து நின்றான். அவள் என்ன நினைத்துக்கொள்வாளோ, கன்னா பின்னாவென்று நாம் எதையாவது கேட்டு வைக்கப்படாது என்ற கலவர நிலைதான் அவனை ஆட்கொண்டிருந்தது, அவன் நிலையைப் புரிந்துகொள்ள அவளுக்கு எவ்வித சிரமமுமில்லை.

அதனால் ஒருவிதமாகப் பார்த்து ஒய்யாரமாகச் சிரித்துவிட்டு "நமஸ்காரம்" என்று சொல்லி நடந்தாள் அவள். மறைந்தாள்.

ஆனால் அவன் நினைவிலிருந்து அல்ல!

அத்தியாயம் : 3

ஒய்யாரி மோகினியைப் பற்றி வாசுதேவன் முன்பெல்லாம் மணிக்கு முப்பது தடவைகள் எண்ணியும் பேசியும் வந்தானென்றால், இப்போது மணிக்கு ஐம்பது தடவைகள் அவள் எண்ணம், பேச்சு, கனவு இவற்றிலே ஈடுபடுவது சகஜமாயிருந்தது. மோகினிதான் இப்போதெல்லாம் அவனைக் கண்டதுமே சிரித்து "நமஸ்காரம்" என்று கரம் குவித்துக் கை வளைகளை கலகலக்கவிட்டு நடனமிட்டு நடந்து செல்வது வழக்கமாயிற்றே! பின் அவளைப் பற்றி நினையாமலிருப்பது எப்படி?

நாகரிக ஜவுளிக்கடைகளின் முகப்பிலே கண்ணாடிப் பெட்டிக்குள் கொலுவிருக்கும் பொம்மைபோல, வேளைக்கொரு பகட்டாடை உடுத்து கர்வமாகத் திரிகிற மோகினியை மயக்க வேண்டும் என்கிற நோக்கத்தோடு அவன் தினமும் தன்னை சிரத்தையாகச் சிங்காரித்து அலைந்தான். அவளுக்கு அவன் கருத்து தெரியாமலாபோகும்? மேலும் அவளுடைய லட்சியம் வேறு இருக்கத்தானே செய்கிறது!

அதனால் வெறும் "நமஸ்கார" மும் புன்னகையும் அளித்துச் செல்லும் ஒய்யாரி ஒரு நாள் "வீட்டுக்கு வாருங்களேன்" என்று அன்பாக அழைத்தாள். அந்த இனிய அழைப்பு, அவனை எங்கோ தூக்கிச்சென்றுவிட்டது. அவள் பின்னாலேயே போய் அவள் வீடு எங்கிருக்கிறது என்று ஆராயவேணும் எனும் ஆசையை வளர்த்துவந்த அவனுக்கு, அவள் அழைப்பு "கிடையாது கிடைத்த" பாக்கியமாய் தோன்றியது. இருப்பினும் கொஞ்சம் பிகு செய்துகொள்வதுதான்

கௌரவம் என்று நினைத்து "இன்று நேரமில்லையே. இன்னொரு நாள் வாறேன்" என்று இழுத்தான்.

"ஆமாம்! உங்களுக்கு ரொம்ப வேலை இருக்கும். அது எனக்குத் தெரியாதா!" என்று இரண்டு "களுக்" குச் சிரிப்போடு அறிவித்தாள் அழகி.

அவள் கிண்டல் பண்ணுகிறாள் என்று அறியாமல் போக வாசுதேவன் முட்டாள் இல்லையே! அவன் தலையைச் சொறிந்துகொண்டே சொன்னான், "அதுக்கில்லை... ஊம்...சரி, பரவாயில்லை வாறேன்."

இந்த அற்புத அழகியுடன் பேசியவாறு நடந்து செல்கிற அனுபவே தனிரகமானதுதான்; இதற்கு இணையான இன்பம் வேறு எதுவுமே கிடையாது என்ற உறுதி பிறந்துவிட்டது அவன் உள்ளத்தில்.

அவள் பொதுவான விஷயங்கள் எதெதையோ பற்றிச் சொல்லிக்கொண்டு வந்தாள். அவனும் அபிப்பிராயங்கள் பரிமாறி நடந்தான். இதுவரை அறியாத விஷயத்தை முடிவுகட்டிவிடலாம் என்கிற ஆசையோடு கேட்டான், "உங்க பெயரென்ன, மோகினிதானா?" என்று.

"ஏன், நான் பிசாசு மாதிரித் தோன்றுகிறேனா?" என்ற கேள்வியும் சிரிப்பும் தெறித்தன அவள் இதழ்களினூடே.

"மோகினி என்றால் அற்புதமான அழகி என்றுதானே..."

"ஓ, அப்படியா! ஆண்களை மயக்கிப் பிடித்துக்கொள்கிற பிசாசு என்றுதான் சிலர் சொல்கிறார்கள். இல்லையா?"

அவளுடைய குறும்புத்தனத்துக்கு என்ன பதிலளித்துச் சமாளிப்பது என்ற திகைப்பு அவனுக்கு. "உங்க பெயர் மோகினி இல்லையா?" என்று கேட்டான்.

"மோகினி என்றே கூப்பிடுங்களேன். இப்ப என்ன கெட்டுப்போகிறது?" என்று மறுபடியும் ஒரு கேள்வியையே பதிலாகத் தந்தாள் அவள்.

அவள் உண்மையை சாதுர்யமாக மறைக்கவே விரும்புகிறாள் என்பதை உணர்ந்த அவன், அந்தப் பிரச்னையை அப்படியே விட்டுவிட்டான். பேச்சு தடம் மாறி சினிமாவைப் பற்றியும், சினிமா நட்சத்திரங்களைப் பற்றியும் திரும்பியது.

"நீங்கள் என்ன நினைக்கிறீர்கள்...நான் சினிமாவில் நடித்தால் எப்படியிருக்கும்?" என்று வினவினாள் அவள், ஸ்டைலாக நின்றவண்ணம்.

அவள் அழகை அள்ளிப் பருகின அவன் விழிகள். அவள் வசியச் சிரிப்பையும் சுடர்ப் பார்வையையும் சிதறினாள். "அவள் கண் வெட்டினாளா, சிமிட்டினாளா, விழியைச் சுழட்டினாளா என்ற பெரும் சந்தேகம் ஏற்பட்டது அவனுக்கு.

"ஊம்ம்... என்ன?" என்று கேட்டாள்

அவள். "ஒண்ணுமில்லையே!" என்றான் அவன், தான் அவளை அப்படி கவனித்ததைத்தான் அவள் கண்டிக்கிறாளோ என்ற நினைவில்.

அவள் கலகலவெனச் சிரித்தாள். "என்ன ஒண்ணுமில்லையே! நான் சினிமாவில் நடித்தால்... ...."

அவன் விழிப்புற்றான். "ஓகோ, அதுவா?... அதை நான்... ... சந்தேகமென்ன! ரொம்ப பிரமாதமாகத்தானிருக்கும். முதல் படத்திலேயே நீங்கள் பெரிய நட்சத்திரமாகி விடுவீர்கள்."

அதற்குள் ஆள் "மூடு" மாறிவிட்டதுபோலும்! அவன் பதில், அவளுக்கு முழு மகிழ்வு தரவில்லை.

அவன் பேச்சை அவள் கவனிக்கவில்லையோ? அவள் சொன்னாள்: "ப்சூ! என்ன சினிமா... என்ன நடிப்பு! வாழ்க்கையிலே கூடத்தான் நடித்துத் தொலைக்க வேண்டியிருக்கு!" அவள் கூறியது அனுபவம் ஏற்படுத்திய சகசப்பா, வேதாந்தமா? அல்லது கவிதைப் பேச்சோ! -

விளங்கவில்லை. "இந்த ஒய்யாரி கூடப் பேசி மகிழவும் தனிச் சாமர்த்தியம் வேண்டியிருக்கு.''

இவ்வனுபவ ஞானம் ஏற்பட்டது ஒரு வேளை சம்பாஷணையின் பலனாக. அவள் அவனை வீட்டுக்கு அழைத்துச் சென்று முன் அறையில் அமரச்செய்தாள். தானும் ஒரு நாற்காலியில் சாய்ந்தாள். "பையனைக் காணோம் - ஹோட்டலில் போய் காபி வாங்கி வரச் சொல்லலாம்னு பார்த்தால். கொஞ்ச நேரம் இருக்கிறேளா? நான் போய் காபி தயாரித்துக்கொண்டு... ..." அவன் அவசரம் அவசரமாகக் குறுக்கிட்டான்: "வேண்டாம் வேண்டாம். உங்களுக்கு எதுக்கு வீண் சிரமம்?"

''சிரமமென்ன இதிலே! இது மாதிரி வேலைகள் செய்யத்தானே நாங்க இருக்கிறோம்!" என்றாள், பெண்குலத்துக்கு வக்காலத்துவாங்கிப் பேசுவதுபோல. அவள் பேச்சில் நையாண்டி கலந்திருந்தது. புகையும் அடுப்பின் முன் அழகு கறுகி வாடுவதை நினைத்ததும் செல்லப்பிள்ளை வாசுதேவனின் கண்கள் கலங்கலாமா கூடாதா எனத் துடித்துச் சுழன்றன. அங்குமிங்கும் உருண்ட அவன் பார்வையில் அந்த அறையின் வனப்பு நன்கு பதிந்தது.

சிறு அறைதான். கவர்ச்சியகரமாக இருந்தது. சுவருக்கு ஒன்றாக நான்கு சுவர்களிலும் அழகான படங்கள். தேதி காட்ட காலண்டர் ஒன்று. காலம் காட்ட ஒரு கடியாரம்... ''அட, மணி ஏழாகப்போகுதே!'' நீல ஒளி சிதறும் எலெக்ட்ரிக் பல்ப்... ஒளியில் குளிக்கும் அந்த அறை மோகனமாகத்தான் இருந்தது. மோகினி வசிக்கும் அறை வேறு எப்படி இருக்கும்? இந்த அறையே இவ்விதம் இருக்குமானால் அவளது அந்தரங்க அறை.....அவன் உள்ளம் துடித்தது. சரி, இனிமேல் இங்கே இருக்கக் கூடாது. போகவேண்டியதுதான்... "நேரமாகுது. நான் போய் வாறேன்" என்று சொல்லி எழுந்து நின்று வணங்கினான்.

"அவசியம் வாருங்கள். இன்னொரு நாள் கட்டாயம் வரணும். இன்னைக்கு உங்களை நன்கு உபசரிக்க முடியவில்லை" என்று குழந்தாள் அலங்காரி.

"அதுக்கென்ன....."

அவன் இன்னும் என்னவோ சொல்ல வாயெடுத்தான். அதற்குள் வெளியே வாசற்படியில் செருப்புச் சத்தம் கேட்டது. அவள் அவசரமாக "சரி, போங்க. நேரமாச்சு! அட, மணி ஏழேகால் ஆகப்போகுதா?" என்று அடுக்கி, அவனை வெளியே தள்ளுவது போல் விடை கொடுத்தாள். அவன் வெளியே வந்தான். மிகவும் சிரத்தையோடு உடை அணிந்திருந்தும், கவனக்குறைவால் ஏதேனும் சிறு குலைவு ஏற்பட்டிருக்கக் கூடாதே என்று அதிக ஜாக்கிரதையோடு முன்னும் பின்னும், மேலும் கீழும் பார்த்து, சட்டையின் காலரைச் சரிசெய்தும், அங்கொரு மடிப்பை இழுத்துவிட்டும், இங்கொரு தூசியைத் தட்டியும் கழுத்தைச் சுற்றிக் கிடக்கும் அங்கவஸ்திரத்தை இழுத்து அழகுபடுத்தியும் வாசலைக் கடந்து உள்வரும் பிரமுகர் ஒருவர் எதிர்ப்பட்டார். அவருக்கு வயது நாற்பது அதிகமாகவே இருக்கும். ஒருவேளை இவர் இவளது கணவனாக இருக்கலாமோ என்ற ஐயம் எழுந்தது அவனுக்கு, `சே, இராது. அவளுக்கென்ன மிஞ்சிப்போனாலும் இருபத்தினாலு வயசுதான் இருக்கும். அவ்வளவுகூட இராது. அவளுக்கு இவன் புருஷனா? சே... ஆனால் உலகத்திலே எதுதான்... .!' - அவன் மனதில் வீண் குழப்பம் கொந்தளித்தது. ஆனால் அவள் கல்யாணமானவளாகத் தெரியலியே.

'பின்னே, இப்ப போறானே இந்தப் பெரிய மனிதன்?... அவள்தானே சமையல் கிமையல் எல்லாம் செய்கிறாளாம். பின் ஏனிந்த மேனா மினுக்கித்தனம்? வேறு ஏதாவது உத்தியோகம் இருக்குமோ அல்லது இவள் தொழிலே..'

வாசுதேவன் மனதுக்கு சக்தி கிடையாது, இச்சின்னஞ்சிறு புதிர்களுக்கு உரிய பெரிய விடைகளைக் கண்டுபிடிக்க! அவன் எண்ணக் குழப்பத்துடன் மெதுவாக நடந்தான்.

அத்தியாயம் : 4

மோகினியின் வாழ்க்கையில் மர்மம் இருக்கிறது என்றுதான் வாசுதேவனுக்குப் பட்டது. அந்தச் சந்தேகம் ஊர்க்காரர்கள் சிலரது மனதிலும் பிறந்து ஊர் பூராவும் வியாபிக்கத் தொடங்கியது.

என்றாலும் யாரும் எதையும் திட்டவட்டமாகச் சொல்ல முடியவில்லை.

'அவள் புருஷனைவிட்டு ஓடி வந்தவள்' என்றொரு கட்சி. 'இல்லை, புருஷன் இறந்த பிறகு பிழைப்புத் தேடி இவ்வூருக்கு வந்தவள்' என்று எதிர்க்கட்சி. 'கிடையவே கிடையாது; அவளுக்குக் கல்யாணமே ஆகவில்லை' என்றொரு கட்சி. அவள் வழுக்கி விழுந்தவள்; பின் வாழ்க்கை வியாபாரமாக அத்தொழிலை வளர்ப்பவள்' என்று சிலர் கருதினார்கள். எவளோ ஒரு `எக்ஸ்ட்ரா' என்பதிலிருந்து, வேலை செய்ய விரும்பாத வாத்தியாரம்மா என்பது வரை விதம்விதமாக நினைத்தவர் பலர். அவள் பணக் காரியாகத்தான் இருக்க வேண்டும் என்று யூகித்தார்கள் சிலர். அது விஷய மறியாத வட்டாரத்தின் ஆதாரமற்ற செய்தி என்று எதிர்வெட்டுப் போட்டு, அவளிடம் பணமும் கிடையாது, ஒரு மண்ணும் கிடையாது; சும்மா ஊரை ஏமாற்றிப் பணம் பிடுங்க வெளிச்சம் போட்டுத் திரிகிறாள்' என்று ஓங்கியடித்தவர்களும் உண்டு.

சிலருக்கு அவள் `வண்ணத்திப் பூச்சி'. சிலர் அவளைக் குறிப்பது 'மத்தாப்பூ சுந்தரி' என்று.

அத்தளுக்குக்காரியின் உண்மைத் தன்மையை உள்ளபடி உணர எவருக்கும் சந்தர்ப்பம் கிடைக்கவில்லை. அவள் வீடு தேடிப் போன `பெரிய கைகள்' போனார்கள்; திரும்பி வந்தார்கள். இனிய வார்த்தைகளும், இனிப்பான காபியும் டிபனும் தான் கிடைத்தன அவர்களுக்கு என்று துப்பறியும் விசேஷ நிருபர்கள் அறிக்கைவிட்டு வந்தனர். சில சமயம்

ஒன்றிரு கற்கண்டு முத்தங்களும் கிடைத்திருக்கும் என்று நிபுணர்கள் கருதினார்கள்! அவர்கள் ஐயப்பாட்டை நிவர்த்திக்க, போய் வந்தவர்கள் யாரும் முன்வரவில்லை. அதிலிருந்து அவர்களும் எதுவும் அறிய முடியவில்லை எனும் உண்மைதான் உறுதிப்படுகிறது என்று அழுத்தமாக அறைந்து மகிழ்ந்தனர் அளப்பார்கள்.

வாசுதேவன் மோகினியுடன் உலாப் போகும் காட்சியைக் காணக் கொடுத்துவைத்தவர்கள் அதை ஊரறியச் செய்தார்கள். "ஏய், காற்று இப்ப திசைமாறி வீசுதுபோலிருக்கு! நம்ம மைனர் பாடு யோகம்தான்" என்றான் ஒருவன்.

"மைனருக்கென்ன! அவரு ராஷாயில்லே!"

"ஆமாமா. ஒரு ராணிதான் குறைச்சலாகயிருந்தது. அந்தக் குறை ஏன் என்று அம்மா அருள்புரியத் துணிந்து விட்டாள்போலிருக்கு."

"போகட்டும். பையன் பணப்பை மெலியாமல் இருந்தால் சரிதான்!"

இவ்விதம் பேச்சுக்கு இலக்காயிற்று அவ்விருவரது முதல் அறிமுகப்படலம். பிறகு அவன் அடிக்கடி அவள் வீட்டுப் பக்கம் போய் வருகிறான் என்பதை அறிந்ததும் `சரி சரி, காந்தம் சரியாகத்தான் வேலை செய்யுது' என்று நினைத்தார்கள். ஆனால் ஒதுக்கிவிடவில்லை. அவன் மூலமாக அவளைப் பற்றி ஏதாவது புதுமைகள் தெரியவருமா என்று அக்கறை காட்டினார்கள். பிரயோசனமில்லை!

வாசுதேவனுக்கும் 'பயன் இல்லை' என்ற நினைப்பே வளர்ந்து வந்தது.

இரண்டாம் முறையாக அவன் அவள் வீடு தேடிச் சென்றபொழுது, அவள் ரொம்ப உற்சாகமாக வரவேற்றாள். காபி, டிபன் எல்லாம் கொடுத்தாள். சிரித்தாள். கொஞ்சும் மொழி உதிர்த்தாள். குழைவாகப் பேசி அவன் உச்சி

குளிரும்படி 'குழையடித்து' மயக்கினாள். “சரி, நேரமாச்சு. போய் வாருங்க” என்று வழிகாட்டி அனுப்பிவைத்தாள். அவன் வீதியிலே சில எட்டுகள் எடுத்துவைத்ததும், ஷோக்காக உடையணிந்த ஓர் ஆசாமி செல்வதைக் கண்டான். இவன் அவள் வீட்டுக்குத்தான் போகிறான்' என்று சொன்னது மனம். அவனுக்கு, காரணமற்ற கோபம் எழுந்தது.

இரண்டு தினங்கள் கழித்து அவன் மறுபடியும் அவள் வீட்டுக்கு விஜயம் செய்தான். அவள் கலகலச் சிரிப்பு சிதறி வரவேற்றாள். “என் ராஜா எனக்கு ஒன்றும் வாங்கிவரவில்லையா?" என்று கொஞ்சினாள் சிங்காரி.

கிரங்கிக் கிடந்த அவன் “என்ன வேணும்?" என்று கேட்டான்.

“என்ன வேணுமென்று நானா கேட்பது. உனக்குப் பிடித்ததை வாங்கி வாயேன்” என்றாள். அவள் சுதந்திரத்தோடு பேசியது அன்பின் உரிமை-உரிமையின் நெருக்கம்- எனத் தோன்றியது அவனுக்கு. இனி அவனும் தாராளமாகப் பேசிப் பழகலாம் அல்லவா!

"ரோசாப்பூ வாங்கி வரட்டுமா மோகினி? உனக்கு மல்லிகைப்பூதான் பிடிக்குமோ?" என்று பிரியமாக விசாரித்தான்.

"பூ என்னத்துக்கு... வாசமுள்ள ரோசாப்பூவாய் நீதானிருக்கியே என் ராசா!" என்று சிரித்துக் கண்ணைச் சிமிட்டினாள் அவள். "ஊங்... பின்னே என்ன வேணும்? சோப்பு, ஸென்ட், சாக்லெட்... .."

“ஊஹூம்...ஊஹூங்... ஊம்ஹூங்" என்று தலையசைத்தாள் ஒய்யாரி. அவள் கழுத்து அசைவுக்கேற்ப ஊசலிட்ட லோலக்குகள் வருடும் கன்னங்களும், மின்னும் கண்களும் அவனுக்கு போதையூட்டின. அவளை விழுங்க விரும்புகிறவன்போல் ஆசையாகக் கவனித்திருந்தான். "உனக்கு என்னத்துக்கு அந்தச் சிரமம்? பணத்தை என்னிடமே கொடுத்துவிடேன்" என்று கை நீட்டினாள் மங்கை.

பணம் என்றதும் அவனுக்குத் திகைப்பு ஏற்பட்டது. அவனுக்கு யோசிக்க நேரம் கொடாமலே அவள் "என்ன யோசனை? ராஜாகிட்டேப் பணமில்லையோ! வெறும் இஸ்பேட் ராஜாதானோ நீ?" என்று கிண்டல் செய்து அவன் கன்னத்தை லேசாக விரலால் தட்டினாள். அவன் வலையில் விழுந்தான். பையில் இருந்த ஐந்து ரூபாய் நோட்டை எடுத்துக் கொடுத்தான்.

அவள் புன்னகையோடு வாங்கிக்கொண்டு, தன் கையால் அவன் முகத்தை வருடி நாடியைப் பிடித்து அன்போடு லேசாக ஆட்டி முகத்தை அசைத்துச் சிரித்தாள். அவ்வேளையில் அவன் இந்த உலகத்திலேயே இல்லை! இதற்குப் பிறகு அடிக்கடி இன்ப ஸ்பரிசம் அவனுக்குக் கிடைத்தது. அவள் முன்போல் விலகி இருப்பதுமில்லை. அவர்களுக்கிடையே கிடந்த தூரம் குறுகிக் குறைந்தே வந்தது. முன்பு அவனும் அவளும் எதிர் எதிராக தனித்தனி நாற்காலிகளில் உட்காருவது வழக்கம். மூன்று நான்கு சந்திப்புகளுக்குப் பிறகு இருவருக்கும் பெரிய நாற்காலி ஒன்றே இடமளித்தது. அதிலும் மூலைக்கு ஒருவராக இருந்தவர்கள் பக்கத்தில் பக்கத்திலேயே நெருங்கி வந்தனர். அவளது அன்பு வளர வளர, அவனிடமிருந்து பணம் தாராளமாகவே அவள் பக்கம் பறந்து வந்தது. அவன் வரும்பொழுது பூவோ பழங்களோ, வேறு ஏதாயினும் வாங்கி வரும் வழக்கத்தைக் கைக்கொண்டான்.

ஒய்யாரியின் சாகசங்களை உணரும் தன்மையை இழந்துவிட்டான் அவன்.

எல்லாம் அவளது அன்பின் பெருக்கே எனக் கருதினான். நாட்கள் பல ஓடினும் அவள் அன்பு வெறும் பேச்சு, சிரிப்பு, கையின் மென்வருடுதல் முதலிய எல்லைகளுக்குள்ளேயே ஒடுங்கிக் கிடக்கிறதே என்ற வருத்தம் அவனுக்கு உண்டு. அவன் உணர்வு மீறி ஏதாவது சொல்லத் தொடங்கும்போது, அவள் கண்கள் 'பாழாய்ப் போகிற' கடியாரத்தின் மீது தாவும். "ஐயோடி! இவ்வளவு நேரமாச்சா? மணி போனதே

தெரியலியே... சரி, போயிட்டு வாறியா ராசா?" என்று குழைந்து, கன்னத்தை அன்பாகக் கிள்ளி வழியனுப்புவாள். அவன் உள்ளம் இன்ப வெளியிலே சுழன்றுகொண்டிருக்கும். கற்பனை கட்டற்று சிறகு பரப்பி கனவுலகில் சஞ்சரிக்கும். மறுகணம் பல்டியடித்து விழுந்து, புழுதியிலே புரள நேரிடும். வாசலில் கேட்கும் கனைப்பும் காலடி ஓசையும், உள்ளே வரும் ஆசாமி பரப்பும் வாசனை அலைகளும், தெருவில் வந்து நிற்கிற பிளஷரின் பிரேக் சப்தமும் - எல்லாம் அவன் ஆனந்தத்தையும் அமைதியையும் குலைத்து எரிச்சல் உண்டாக்கும். யாராவது பெரிய ஆசாமிகளை வரவேற்கச் செல்லும்போது, அவள் துள்ளுகிற துள்ளலும், குதிக்கிற குதிப்பும்! ‘பச்சைத் தேவடியாதான் இவ! இவள் கெட்ட கேட்டுக்கு பெரிய பத்தினி மவ மாதிரி பாவலாப் பண்றா!’ என்று சீறுவான், வீட்டைவிட்டு இறங்கிப் போகிற வாசுதேவன். அவள் முன் ஜாக்கிரதையோடு 'பெரிய மனிதர்' வரும் முன்னரே அவனை அனுப்பிவிடுவாள். ஆனால், வீதி முனையில் நின்று அந்த வீட்டில் நடைபெறும் நாடகத்தைச் சிறிது கவனித்துவிட்டுத்தான் போவான்.

`இனிமேல் இவள் முகத்திலே முழிக்கப்படாது. இவள் பிறவியால் தேவடியாளாக இல்லாமலிருக்கலாம். ஆனாலும் விபசாரத்தை தொழிலாக - இல்லையெனில் கலையாக - வளர்ப்பவள்தான். இவள் குலுக்கலிலும் மினுக்குதலிலும் மயங்கி ஏமாந்தது தப்பு. போன ரூபாய் தொலையுது. புத்தி கொள்முதல் கணக்கிலே சேர்த்துவிட வேண்டியதுதான். இனி அந்த வீட்டுப் பக்கம் எட்டிப்பார்க்கக் கூடாது’ என்று சங்கல்பம் செய்துகொள்வான்.

அவனது பிரதிக்ஞைகள் - எவ்வளவு திடமான அடிப்படையில் உறுதிப்படுத்தப் பெறினும் - அல்பாயுஸானவைதான். சிலசமயம் அவற்றின் ஆயுள் ஓர் இரவு மட்டுமே.

மறுநாள் காலையிலேயே நகாஸ் செய்துகொண்டு மோகினியைப் பார்த்துப் பேசி மகிழப் போய்விடுவான்.

அவளைச் சந்தித்துப் பேசி இன்புறா நாளெல்லாம் பிறவா நாள்'தான் அவனுக்கு. அப்படித் தோன்றும். என்ன செய்வது-பழக்கம்!

`உனக்கு எதுக்கு இந்தத் தேவடியாத்தனம்?' என்று கேட்க வேணும் என்ற எண்ணம் அவனுக்கு எழும். ஆனால் துணிவு கிடையாது. அவள் தன்னிடம் உண்மையான அன்புகொண்டது போலவே பழகுகிறாளே; எல்லோரிடமும் இவ்விதம்தான் நடந்துகொள்கிறாளா? இதை எப்படி ஆராய்வது? வழி தெரியாது. தன்னிடம் பேசிச் சிரித்து ஏமாற்றிப் பணம் பிடுங்கி 'இளிச்சவாயா, போயிட்டு வா!' என்று வழிகாட்டி, பின் மறுநாளும் `வந்தியா மச்சான் பூ மணத்தோடு; கொடுக்க மாட்டியா பணம் எனக்கு!' என்று பசப்பி மயக்குவதுபோல்தான் எல்லோரையும் ஏய்க்கிறாளா? அல்லது மற்றவர்களிடம்....'

அவள் வாழ்க்கையை அவன் புரிந்துகொள்ள முடியவில்லை. ஆனால் ஊராருக்கு என்ன! அவனுடைய `அதிர்ஷ்டம்' பற்றி பலரும் பலவிதமாகப் பேசிக்கொண்டார்கள். அவர்கள் ஆவலோடு விசாரிப்பதற்கெல்லாம் அவன் பதில் சொல்லாமல் போகும்போது, `அவன் வேண்டுமென்றே மறைத்து மழுப்புகிறான்' என்று நம்பினார்கள்.

அத்தியாயம் : 5

எங்கிருந்தோ வந்திருந்தாள் அந்த மோகினி, வந்து ஒரு மாதம் ஆவதற்கு முன்பே ஊர் முழுவதையும் மயக்கிவிட்டாள். எல்லோரும் அவளைப் பற்றிப் பேசினார்கள். அழகு விமர்சனம் செய்தார்கள். ஆயினும் ஒருவருக்குக்கூட உண்மை புலனாக வழியில்லை.

அவள் வீடு தேடிப் போய் வந்தவர்களில் ஒன்றிருவர் அங்கு போவதை நிறுத்திவிட்டார்கள். "பெரிய ராங்கிக்காரி அவ, பண ஆசை பிடித்த பிசாசு" என்று வசை பாடினார்கள். இவர்கள் கைப் பணம் அதிகம் காலியாகிவிட்டது; எனினும் இவர்கள் எதிர்பார்த்து ஏங்கி எதற்காக ஓடினார்களோ அந்த இன்பம் இவர்களுக்குக் கிடைக்கவில்லை. அதனால்தான் 'சீச்சீ, இந்தப் பழம் புளிக்கும்' என்று பேசிய நரித்தனம் பயில்கிறார்கள் இவர்களும் என்று விரிவுரை கூறினர் சில அதிகப்பிரசங்கிகள்.

மோகினி புராணம் பரபரப்பை உண்டாக்கும்படியாக ஒரு சம்பவமும் நிகழ்ந்தது. அவள் வீட்டுக்கு விஜயம் செய்துவந்த பெரிய மனிதர்களில் ஒருவர் தற்கொலை செய்துகொண்டார். அது நடந்த தினத்தன்றுதான் பௌர்ணமியும் கூடுகிறது என்பதைச் சுட்டிக் காட்டினான் பஞ்சாங்கதாசன் ஒருவன். அந்த விஷயத்தின் சூடு தணிவதற்கு முன்னதாக, அதற்கு பதினைந்தாம் நாள் ஸ்ரீமான் 'பட்டுலேஞ்சி' பைத்தியம் பிடித்துவிட்டது போல் நடந்துகொண்டார்.

ஸ்ரீமான் பட்டுலேஞ்சி நாளுக்கு ஒரு பட்டு அங்கவஸ்திரம் போட்டுக்கொண்டு திரிவார். சும்மா சும்மா அதை இழுத்துவிட்டுக்கொண்டு தனது அழகை தானே ரசித்தபடி நடப்பார். பிறரிடம் பேசும்பொழுது கூட அவரது கை கழுத்தை வளைந்து தொங்கும் லேஞ்சியிலே தான் விளையாடும். அதன் காரணமாக அவருக்கு 'மிஸ்டர் வல்லாட்டு' என்று பெயரிடலாம் என ஒரு பிரரேபணை வந்து,

அது நன்றாக இல்லை; ஸ்ரீமான் பட்டுலேஞ்சி என்பதுதான் நமது பண்புக்கு உகந்ததாக உள்ளது என்கிற வெட்டுப்பிரரேபணையால் தாக்குண்டு தோல்வியுற்றது.

அவர் மோகினி பக்தர்களில் ஒருவர். மோகினி வீட்டுக்குப் போய்விட்டு இரவு எட்டரை மணிக்குத் திரும்பும்போதுதான் அவருக்கு மூளைக் குழப்பம் ஏற்பட்டது என்கிற சேதி பரவியது.

"கவனித்தீர்களா? அன்று அமாவாசை" என்றான் பஞ்சாங்கதாசன்.

பிரமாதமாக எதையோ கண்டுபிடித்துவிட்டவன்போல.

"ஆமா. அதனாலே என்ன?" என்று எரிந்து விழுந்தார் ஒருவர்.

"முதல் பலி பௌர்ணமியன்று. இது நடந்தது அமாவாசை தினத்தில்."

"சரிதான்டா, விஷயத்தைச் சொல்லாமல் பஞ்சாங்கத்தை வைத்துக்கொண்டு கொலம்பஸ்தனம் பண்ணப் பார்க்கியே! புதுசா என்ன கண்டுட்டே, சொல்லேன்" என்று மண்டையிலடித்தார் அரைவெட்டு அறிஞர் ஒருவர்.

தோழர் பஞ்சாங்கம் அருள் புரிந்தார் : "நான் என்ன சொல்றேன்னா, பலிகளையும் நடந்த தினங்களையும் கவனிக்கும்போது அவள் பெண்ணல்ல... மோகினிப் பிசாசாகத்தான் இருக்க வேணும்னு தோணுது. இன்னும் எத்தனை பலிகளை இந்த மோகினி... ..."

அரைவெட்டு அறிஞர் கனைப்புச் சிரிப்பு ஒலிபரப்பி குறுக்கே விழுந்தார்: "ஓய், அது அந்தக் காலம்! மோகினிப் பிசாசு மினுக்கு சுந்தரியாக வந்து இளிச்சவாயனுகளை மயக்கிப் பணம் பிடுங்கும்னு சொல்றவன் சொன்னாலும், நம்புகிற நமச்சிவாயங்கள் வாழ இது அரேபியன் நைட்ஸ் காலமில்லை ஐயா, இல்லை! காது குத்த வேறு இடம் தேடிப்போம். ஹே!"

அவரது மிடுக்கான பேச்சுதான் வெற்றி கண்டது. எனினும் பஞ்சாங்க அடிமைகள் இரண்டு மூன்று பேர் சேராமல் போகவில்லை.

அவர்களுக்கிடையில் தாசர் முனங்கி தன் வயிற்றெரிச்சலைத் தணித்துக்கொண்டார்: "இவனுக்கெல்லாம் என்ன தெரியும்! ஓங்கியடிச்சுப் பேசறதுக்குப் படிச்சிட்டானுக. அவ்வளவுதான்!" “ஆமா, வாழ்க்கையிலே விரக்தியுற்று மிஸ்டர் பெரிய மனிதர் தற்கொலை செய்துகொண்டதற்கும், கவலை அதிகமாகி ஸ்ரீமான் பட்டுலேஞ்சி மூளை கலங்கிப்போனதற்கும் மோகினி எப்படி பொறுப்பாக முடியும்?" என்று விவாதத்துக்கு அடிகோலினார் அரைவெட்டு அறிஞர்.

"ஹஹ, நல்லாச் சொன்னீக போங்க. திடீர்னு நம்ம அவாளுக்கு அப்படி என்ன விரக்தி வந்திட்டுது, பாஷாணத்தைத் தின்னுட்டு சாகணும்கிறதுக்கு. அதுவும் இரவு ஏழு மணிக்கு மோகினி வீட்டுக்குப் போய் ஒன்பதரை மணிக்கு வீடு திரும்பியவர், இரவில் வெகுநேரம் அமைதியற்றுக் கிடந்து, உடனேயே வாழ்வை முடித்துக் கொள்ளணும்னா, ஏதோ விஷயம் இருக்குன்னுதானே அர்த்தம். இல்லையா?” - இது ஒருவர் கட்சி.

"இருக்கு இருக்கு. நீங்க சொல்றேளே அது ரொம்பவும் வாஸ்தவமான பேச்சு. ஏதோ விஷயமிருக்கு. இருந்துதானே ஆகணும். ஆனா, அது என்ன என்பதுதான் தெரியலே” என்று ஆமோதித்தார் ஓர் அன்பர்.

வாசுதேவனுக்கும் விஷயம் விளங்கவில்லைதான். மோகினி வீட்டுக்கு வந்து போகும் பெரிய மனிதர் ஒருவர் தன்னையே அழித்துக்கொண்டது ஏன்? அதற்கு மோகினிதான் காரணமா அல்லது அவர் பணத்தைப் பறித்துக்கொண்டு அவருக்கு அவளே விஷமிட்டிருக்கலாமல்லவா? அவ்வாறெனில், அதை நிரூபிக்க ரூஜூ?...

மோகினியைக் கண்டதிலிருந்தே அவன் உள்ளம் விடை கிடைக்காத கேள்விகளை விதைப்பதிலேயே கருத்தாகயிருந்தது. ஒவ்வொரு நாளும் புதுப்புதுப் பிரச்னைகள் முளைவிட்டன. ஸ்ரீமான் பட்டுலேஞ்சி கதை... ...

அதுவும் புரியாத புதிர்தான்.

அவருக்கு மூளைக் குழப்பம் ஏற்பட்டதென்றால், அவர் மோகினியின் அறையில் எதையோ கண்டு பயந்து அலறியடித்து ஓடி வந்ததுதான் காரணம் என்று வாசுதேவன் நினைத்தான்.

அன்று அவன் இருட்டிய பிறகுதான் அவள் வீடு தேடிச் சென்றான். அவன் வாசற்படியில் கால் வைக்கும்போது உள்ளேயிருந்து ஓடி வந்த ஒருவர் முரட்டுத்தனமாக அவன் மீது மோதி இடித்துத் தள்ளிக்கொண்டு முன்னேறினார். அவன் கீழே விழவேண்டியவன். நல்லவேளை சிரமப்பட்டு காலூன்றி நின்றுவிட்டான். "என்னய்யா தடித்தனமா ஓடிவாறே? உனக்கு என்ன கண் குருடா?" என்று சீறி விழவேணும் என்கிற துடிப்போடு அவர் முகத்தைப் பார்த்தான். அங்கு அவன் கண்ட மிரட்சி! திண்ணை விளக்கு அவர் முகத்திலே வெளிச்சமிட்டுக் காட்டியதில் உணர முடிந்த கலவரச் சாயை!... ஏன், என்ன விஷயம்? இவர் இப்படி ஆடை குலைய அலறியடித்து வெளியேறுவதேன்? அவர்தான் முதன்முதலில், குலையாத ஆடைகளைச் சீருறுத்தி தூசி தட்டி, அங்கவஸ்திரத்தை அழகுபடுத்தி கர்வமாக வீட்டினுள் விஜயம் செய்தவர் என்பது அவனுக்கு நினைவுவந்தது. சுய அழகை அவ்விதம் ஓடுவதன் வயணம்? அவன் சிரத்தையாக கவனிக்கும் அவர் பார்வை மோகினியின் அறை ஜன்னலின் பக்கம் பாய்ந்தது.

பூத்திரை விலக்கிக் கிடந்த சாளரத்தின் இடைவெளி பயங்கரம் எதையும் காட்டவில்லை. மோகினிதான் பொங்கிவரும்

சிரிப்பை அடக்க முடியாமல் கட்டிலில் கிடந்து புரண்டாள். சிரித்தாள். எதையோ நினைத்துகொண்டு மேலும் சிரித்தாள்.

அப்பொழுது உள்ளே போக விரும்பவில்லை அவன். இரவு வளர்ந்து வளர்ந்து இருளும் அமைதியும் அதிகமாகிற வேளையிலே அவளைத் தனியாகச் சந்திக்க வேண்டும் என்ற ஆசையுடன் வந்த அவன், குழம்பிய சிந்தனையோடு வந்த வழியே திரும்பினான். மோகினி வர வர பெரிய மர்மமாகவே - தீர்க்க முடியாத புதிராகத்தான் வளர்கிறாள் என்றது மனம். அவன் கை சட்டைப்பைக்குள் விழுந்தது. அங்கு தூங்கி, விரல்களுக்கு ஜில்லென்று மென்மை உணர்ச்சி ஊட்டிய ரோஜாப்பூச் செண்டை எடுத்து, கசக்கித் தூர எறிந்துவிட்டு வேகமாக நடந்தான். அன்று மாலையில் பிறந்து அவன் மனதில் குமிழிட்ட ஆனந்தமும் கிளுகிளுப்பும் பெருமணலில் படிந்த நீர்த்துளிகளாயின.

அத்தியாயம் : 6

காமவல்லி மோகினி ஒரு கொல்லிப்பார்வை. மோகித்து அருகணைபவர்களைக் கொல்லும் சக்தி பெற்றவள்; கொல்ல மனமில்லையென்றால் பித்தனாக்கி விடுவாள். எண்ணி ஏங்கி மெலிந்து சாகும்படி செய்துவிடுவாள் என்றெல்லாம் பேச்சு பிறந்தது ஊரிலே. அவளைப் பற்றி போலீஸுக்கு ரிப்போர்ட் செய்தாலென்ன? வீட்டைச் சோதனை போடும்படி எழுதினாலென்ன? இவ்விதம் குயுக்தி வாதம் கிளம்பினார்கள்.

"ருஜூ ஐயா ருஜூ? சட்டத்துக்குத் தேவையானது சரியான சாட்சியங்கள். சும்மா உங்களது ஊகங்களும் அளப்புகளும் கற்பனைகளும் கவைக்குதவாதன - தெரியுமா?" என்று கெக்கலித்தார் அரைவெட்டு அறிஞர். மேலும் போதித்தார்: "கழுதைகள் எக்கேடும் கெடட்டுமே! உமக்கும் நமக்கும் என்ன வந்தது? யாரய்யா இவனுகளை அவ பின்னாலே அலையச் சொன்னது? எலெக்ட்ரிக் லைட்டு நல்லாத்தானிருக்கு. தூரத்திலே நின்று பார்த்து ரசித்துவிட்டுப் போயேன். யாரு உன்ன அது பக்கத்திலே போய் கம்பியிலே கை வெச்சுப் பாரு தம்பீன்னு சொன்னாக? இல்லை கேட்கேன். யாராவது சொன்னாகளா? பின்னே! நீயாப் போறே. ஷாக் அனுபவம் பெற்றால் அதுக்கு யாரு பழி? என்னய்யா நான் சொல்றது?"

அவர் சொல்வதற்கு எவரும் எதிர்த்துச் சொல்ல முன்வருவதில்லை.

"கிடக்கான் அரைவெட்டு! சுத்த ஹெட்வெயிட்! இந்தத் தலைக்கனத்திடம் போய் வீணாக வாய் கொடுப்பானேன்" என்று ஒதுங்கிவிடுவார்கள். 'ஆமாமா, நீங்க சொல்றது சரிதான்' என்று தலையாட்டிவைப்பர் சிலர்.

"ஐயோ பாவம்! நம்ம மைனர் பிள்ளையாண்டான் நல்ல பையன்! அவனுக்கும் என்ன கதி வரப்போகுதோ?" என்ற அனுதாபக் குரல் எழத் தொடங்கியது ஊரிலே.

ஊரில் உலவும் கருத்துக்களை ஒருவாறு மோகினி உணர்ந்திருந்தாள். ஆனால் பிறரது அபிப்பிராயங்களை அவள் மதிப்பதே கிடையாது. வழக்கம்போல் அந்திமந்தாரையாக வீதிகளில் அலைந்தாள். மஞ்சள் வெயில் நேரத்திலே மினுமினுக்கும் மோகினியாக குளக்கரையிலோ, கோயில் ஓரத்திலோ காட்சி தந்தாள்.

சிலசமயம் வீட்டு மாடி முன்முகப்பிலே அலங்கார பொம்மையாக நின்று அருள்புரிந்தாள். எல்லோர் கண்களுக்கும் எப்பொழுதும் அவள் நல் விருந்துதான்.

வாசுதேவன், தான் அவள் வீட்டுக்குப் போகாமல் இருந்துவிட வேண்டும் என்று உறுதிகொள்வான். மாலை வேளையில் அறைக்குள் அடைபட்டுக் கிடக்கலாம் என்ற நினைப்பு. ஆனால் தெருவில் அவள் வருகிறாளா, தூரத்திலிருந்தாவது அவளைப் பார்க்கலாமே என்ற உதைப்பு உள்ளத்தில். அடிக்கடி ஜன்னல் பக்கம் நின்று தெருவை எட்டி எட்டிப்பார்ப்பான். அவள் அழகாக ஆடி அசைந்து செல்லும்பொழுது அவன் மனோதிடம் ஆட்டம் கண்டுவிடும்.

அவள் பின்னாலேயே கிளம்பிவிடுவான். ஒருநாள் எப்படியோ ஆசையை ஒடுக்கி உட்கார்ந்துவிட்டான். ஆனால் அன்று இரவிலும் மறுநாள் பகலிலும் அவன் அனுபவித்த வேதனை! `சே! இதுமாதிரி வீணாகக் கஷ்டப்படுவதைவிட, அவளுடன் ஜோடியாக நடந்து செல்வதும் இன்பமாகப் பேசி மகிழ்வதும் - ஆகா, அதனால் கிடைக்கிற ஆனந்தம்! அதை ஒடுக்க முயல்வானேன்? நாம் என்ன கெட்டுவிட்டோமா? அழகியுடன் உலாவப்போவதும் சம்பாஷித்து மகிழ்வதும் தவறுகளேயல்ல. உயர்ந்த தெய்வீகக் காதல் -லட்சியக் காதல்- `பிளேட்டோனிக் லவ்' - இன்றியமையாத தேவைதான்.

பெண்மையின் அண்மையும், சாதுர்யமான சம்பாஷணையும், இனிமையும் சிரிப்பும் குறுக்கிடாத வாழ்வு வறண்ட பாலை வாழ்வுதான்.

மோகினியுடன் பழகுவதனால் வேறு எவ்விதமான விபரீத விளைவுகளுக்கோ ஆபத்துக்கோ இடமே கிடையாது' இப்படித் திட்டமாக நிம்பினான் அவன்.

அவ்வளவுதான். உடனேயே கிளம்பிவிட்டான் மோகினியைப் பார்க்க. வேகமாக வந்த அவனுக்கு கதவடைப்புதான் காத்திருந்தது.

தட்டாமல் லேசாகத் தள்ளிப் பார்த்தான். அழுத்தமாகத் தள்ள முயன்றான். உள்ளே தாழிட்டிருந்தது.

திரும்பிவிட வேண்டியதுதான் என்று எண்ணி தயக்கத்துடன் நின்றான்.

உள்ளிருந்து புரண்டு வந்த கலகலச் சிரிப்பொலி காதில் விழுந்தது. இனிய துவைத (*Duet*) சீதமென இணைந்து புரண்டன இரு குரல்கள். அவன் கவனித்தான். பெண் குரல்தான். திறந்து கிடந்த ஜன்னல் வழியாக ஆராயலாம் எனும் ஆசை அவனைத் தூண்டியது. கவனித்தான். மோகினியும் இன்னுமொரு மங்கையும் சிரித்துப் பேசி சிற்றுண்டி அருந்தி மகிழ்ந்தனர். புதியவளும் அழகிதான். அவள் முகத்தில், செய்கைகளில் குளுமையான- மங்கலகரமான - பெண்மை மிளிர்ந்தது. அவளிடம்கூட மோகினி ஒரு தினுசாகத்தான் விளையாடிக்கொண்டிருந்தாள். காதலன் காதலியிடம் கொஞ்சிச் சிரித்து இன்புறுவதுபோல. அவள் கன்னத்தைக் கிள்ளினாள்.

வருடினாள். கேலி பேசிச் சிரித்தாள். கழுத்தில் கைவளைத்து முகத்தை அருகிழுத்து முத்தமிட்டு-கன்னத்தில், உதடுகளில்... ...

"சீ, இந்தக் காம நாடகத்தை நாம் நின்று பார்ப்பதே தப்பு" என்று அலுத்துப் பெருமூச்செறிந்துவிட்டுத் திரும்பினான் வாசுதேவன். `வந்திருப்பவள் யாராக இருக்கலாம்?

சரி, வீணாக அதைப் பற்றி கவலைப்படுவானேன்' என ஒதுக்கிவிட முயன்றது மனம்.

மோகினியின் நினைவை லேசாக ஒடுக்கிவிட முடியவில்லை அவனால்.

அங்குமிங்கும் அலைந்துவிட்டு மறுபடியும் அவள் வீட்டுப் பக்கமே வந்தான். அவள் அந்தி உலாக் கிளம்பு முன் அவளைக் கண்டு பேசி, அவள்கூடவே புறப்பட்டு இன்று வேறு திசையில் நடக்கலாமே என்ற ஆசை அவனை அங்கே தள்ளி வந்தது.

அவன் அங்கு வந்து சேர்ந்தபொழுது மணி நாலரை.

இப்போது கதவு அடைத்திருக்கவில்லை. அவன் உள்ளே போவதற்கு முன்பே, கைவளைக் கலகலப்பும் கலீன் சிரிப்பும் உள்ளிருந்து படையெடுத்து முன்னேறி வந்தன. அவன் விலகி நின்றான்.

மோகினியும் அவள் தோழியும் வந்தார்கள். தோழி கையில் சிறு குழந்தை ஒன்றும், அருகில் ஒரு சின்னப் பையனும் இருந்தனர். மோகினியையும் மற்றவளையும் அருகருகே பார்க்கவும், அவன் உவமை நயம் தேடத் தொடங்கிவிட்டான்.

மோகினியிடம் இல்லாத இனிமையும் பணிவும், நளினமும், நாணமும், சோபிக்கும் பெண்மையும் தோழிக்கு அணி செய்தன. தாய்மை வேறு தனித்துவம் அளித்தது. மோகினி வர்ணம் தோய்ந்த காகிதப் பூ; இவள் இனிய மல்லிகை மலர். மோகினி தனியொளிக் கதிர் தெறிக்கும் `மெர்குரிலைட்'. இவள் தரளக் கதிர் பரப்பும் தண் மதியம் - அவன் மனம் அழகு உபாசனையில் நீந்தித் தவித்தது.

அவ்விருவரும் அவனை கவனித்தார்கள். தோழியின் பார்வை இயல்பாக அவன் பக்கம் ஓடி, அவனை எடைபோட்டு மீண்டது. பின் மோகினி விழிகளைக் கவ்வியது. மோகினி வசியப் பார்வை சிந்தினாள் அவன் மீது. பின் அர்த்தம்

நிறைந்த பார்வையை தோழியின் நோக்குக்கு பதிலாகத் தந்து, ஒயிலாகத் தலையசைத்தாள். "ஓ, ராஜாவா! நீ ஒரு நாள் வராமல் போகவே, என்னை மறந்திட்டே போலிருக்குன்னுதான் நினைத்தேன். ஏன் நேற்று வரலே? இப்பதான் வாறியா?" என்று கொஞ்சுதலும் குழைவும் கூட்டிச் சொல்லாடினாள். தோழியின் கண்களும் இதழ்களும் விஷமச் சிரிப்பு தேக்கி மின்னின. அவள் தலை குனிந்துகொண்டாள். அவனுக்கு பேச்சு ஓடவில்லை. "ஊம்" என்று ஊமைப் பதில் கொடுத்தான். “அப்போ நான் போய்வாறேன். நீங்க எப்ப வாறீங்க?” என்று மதிப்பை வார்த்தையில் கலந்து வினவினாள் தோழி. மோகினி அவளைப் பார்த்தாள். சிரித்தாள். “நான்தானே! வரவேண்டியதுதான். சீக்கிரமே வந்துவிடுவேன்" என்றாள். "போதுமே! எத்தனை நாளைக்குத்தான் அதுமாதிரி?" என்று அவள் உரிமையோடு அலுத்துக்கொண்டு பேசவும், மோகினி ஜாக்கிரதையாக, தோழியின் உதடுகளில் தன் விரல் ஒன்றை வைத்து வாயடங்குச் சட்டம் பிறப்பித்தாள். "உஸ்! இதுதானே வேண்டாம்கிறது. என் தங்கம் வீணாகச் சிணுங்குவானேன்" என்று கேலியாகச் சொல்லி நகைத்தாள். "ஆமா. குறைச்சல் இல்லே. இன்னும் இதுமாதிரிதான்னு சொன்னா, எனக்கும் இங்கேயே பக்கத்திலேயே தனி வீடு பார்க்கவேண்டியதுதான்..." வாசுதேவனுக்கு அவர்கள் ஊடலையும் நின்று கவனிக்க மனமில்லை. "நான் பிறகு வாறேன்" என்று சொல்லி, மோகினியின் பதிலுக்காகக் காத்திராமலே வெளியேறினான்.

அத்தியாயம் : 7

காமினி ஒய்யாரியைப் பற்றி ஊரார்கள் மேலும் பரபரப்பான விவரங்களைப் பேசிப் பொழுதுபோக்க, காலம் உதவி புரிந்தது. உள்ளூர் பிரமுகர் 'பண்ணையார்வாள்' ஊரைவிட்டே போய்விட்டார். எஜமான் உல்லாசமாக ஊர் சுற்றப் போயிருக்கிறார் என்று வீட்டார்கள் சொன்னார்கள். அவரது அவசரச் சுற்றுப் பிரயாணத்துக்கு அடிப்படைக் காரணம் அலங்காரியின் லீலை எதுவோதான் என்ற சந்தேகம் மற்றவர்களுக்கு.

"ஜில் சதாரம் கதை உங்களுக்குத் தெரியுமா ஐயா ஜில் சதாரம்? அதிலே உபகதையாக இழையோடுகிறதே நித்தியகல்யாணி வரலாறு..." என்று இழுத்தார் ஒருவர்.

"சதாரம் கதை தெரியாதா என்ன! அதுதான் நாடறிந்த நாடகமாச்சே. போன வருஷம் நம்ம சங்கரன் பிள்ளை டிராமா ஸெட்கூட புதுப்பேட்டை மைதானத்திலே..." என ஆரம்பித்த அளப்பருக்குத் தடையுத்திரவு போட்டார் முதல்வர்.

"ஆமா, அதுதான். அதிலே வாறாளே நித்தியகல்யாணி-சதாரம்கூட ஆண் வேஷம் போட்டுப் போயி கல்யாணம் செய்கிறாளே..."

அளப்பர் பழிதீர்த்துக்கொள்ளப் பதறிப் பாய்ந்தார். "சரிதானய்யா, விஷயத்தைச் சொல்லுமேன். ஏன் வீணெழவு எடுக்கிறீரு?" என்று.

முதல்வர் அவரை முறைத்துப் பார்த்துவிட்டுச் சொன்னார்: "நித்தியகல்யாணி தினமொரு திருமணம் செய்துகொண்டாள். ஆனால் அன்றைய புருஷன் அன்றிரவு படுக்கையறையிலேயே மர்கயாதான். ஏதோ சாபத்தின் பலனாக ஒரு பாம்பு வந்து..." பொறுமையாகக் கேட்டுக்கொண்டிருந்த அரைவெட்டு அறிஞர் ஆத்திரமாகச் சொல் அனல் கக்கினார்: "சுத்த ஹம்பக்! அது மாதிரி கதை

உலக இலக்கியத்திலே எவ்வளவோ இருக்கு. வளம் நிறைந்த நீல் நதி பாயும் எகிப்திய நாட்டிலே காம அரசு புரிந்த எழிலி கிளியோபாட்ரா செய்தது என்ன? ரஷ்ய நாட்டிலே வெறியாட்சி செய்த ராணி காதரின்-காதரின் தானா அவ பேரு? ஆமா, காதரினாகத்தானிருக்கணும்..."

அவர் தலையைச் சொறிந்த சமயத்தில் மூலைக்கு ஒருவராகக் கூச்சல் கிளப்பினார்கள். “சரிதான்யா, பிரமாதமாப் போட்டுக்கிட்டு!”

"நிறுத்தும் உம் அதனப் பிரசங்கத்தை!", "அளக்காதே தம்பி! ஓய், நீர் சொல்ல வந்ததைச் சொல்லுமே?" வம்பர் மகாசபை ரகளையில் முடியுமோ என்ற நினைவை எழுப்பியது. ஆனால் முதல்வர் கூச்சலிட்டு விஷயத்தை விளக்கத் தொடங்கியதும் அமைதி நிலவியது.

"நித்தியகல்யாணியின் விஷ மூச்சில் பிறந்த நாகம் தினந்தோறும் மணமகனைப் பிணமகனாக்கியிருந்தாலும் இருக்கலாம்..." `அரைவெட்டு' வாலாட்டியது மறுபடியும். "அது தப்பு ஒவ்வொரு இரவிலும் புதுமண மதுவின் தேறல் பருகும் எண்ணத்தினளாய் அவளே மணமகனைக் கொன்றுவிட்டு சாபம் என்று புரளி கட்டிவிட்டிருக்கலா மல்லவா?” எனப் பிரசங்க தோரணையில் தொடங்கினார் அவர்.

"இருக்கலாம். அதையேதான் நானும் சொல்ல வந்தேன்."

“சரி. இந்த வீண் கதாகாலட்சேபம் ஏன்? உமது ஆராய்ச்சித் திறனை அறிவுறுத்தவோ?” என்று கெண்டை பண்ணினார் அ.வெ.அறிஞர்.

"இவன் யாருடா இவன்-பெரிய இவரு மாதிரி! மூஞ்சியும் மோறைகளும்! மெத்த படிச்சவரு இவரு!" என்று முணமுணப்பு பரவியது.

"வந்து... விஷயம் என்னன்னு கேட்டா, நம்ம ஊரு மோகினி இருக்காளே அவ கதையிலே வார நித்தியகல்யாணி மாதிரி..."

"இருக்குமய்யா இருக்கும்!"

"நான் சொல்றேன், அவ மோகினிப் பிசாசின் அம்சமாகத்தானிருக்கணும். கவனிச்சீகளோ - நம்ம பண்ணையார்வாள் தலைமறைவா ஓடிப்போன தினத்தன்றுதான் பௌர்ணமியும்'' என்று குரல் கொடுத்தார் பஞ்சாங்கதாசர்.

"போனதைப் பற்றிப் பேசி என்ன செய்ய? இனிமேல் நடப்பது..." "யாரறிவார்-நாடகமே உலகம்'' என்று ராகமிழுத்தார் ஓர் அன்பர்.

''வாசுதேவனை நினைக்கும்போது....."

''பாவம் நல்ல பையன்! ஐயோன்னு பூட்டான்! கொடுத்துவெச்சது அவ்வளவுதான்னு அனுதாபம் அறிவிக்கலாம். வேறே என்ன செய்யணும்கிறீக?" என்று கெக்கலித்தார் அ.வெ.அறிஞர்.

இவர்கள் அனுதாபத்தையோ ஆதரவையோ எதிர்பார்த்து நாளோட்டவில்லை வாசுதேவன்.

அவன் தனக்குத்தானே புதுப்புதுக் கேள்விகள் கேட்டுக் கொண்டிருந்தான். புதிதாக வந்த தோழி யார்? அவள் நல்லவளாகத் தோன்றுகிறாளே. பின் ஏன் மோகினியுடன் ஒரு தினுசாகப் பழக வேணும்? மோகினிக்கும் அவளுக்கும் என்ன உறவு இருக்கலாம்.

அவனால் தீர்மானிக்க முடியவில்லைதான்.

மோகினியும் தோழியும் பேசுவதைத் தொடர்ந்து கேட்க விருப்பமின்றி வெளியேறிய வாசுதேவன், மறுபடியும் அன்று முன்னிரவில் அவள் வீட்டுக்குப் போனான். அவள் அதிக உபசரணையோடு அவனை வரவேற்றாள். அவள் உபசாரம்

மட்டுமல்ல; அன்றைய அலங்காரம்கூட அவனைக் கிரங்கடித்தது.

வட இந்தியப் பெண்போல், நீண்டு தொங்கும் சட்டையும் தொளதொளத்த கால் சட்டையுமணிந்து, கழுத்தைச் சுற்றி மெல்லிய பூந்துகிலை அழகாகப் போட்டு, நீண்ட சடையின் நுனியில் கொத்தான கருங்குஞ்சலம் கட்டித் தொங்கவிட்டு, அதை இழுத்து ஒரு கையில் அடித்து விளையாடி, கால் மேல் கால் போட்டபடி ஒய்யாரமாக அவள் கொலுவிருந்த நேர்த்தி-அடா அடா! அவன் அவள் முன்பு எத்தனை தினங்கள் வேண்டுமாயினும் தவம் கிடக்கத் தயார் என்று எண்ணத் தூண்டியது. அவள் தோற்றமும் சிரிப்பும் கொஞ்சம் கிளிமொழிப் பேச்சும், கண்ணின் வீச்சும் அவனை அடிமையாக்கின. அவள் அவன் அருகில் வந்தமர்ந்து அவனது கையைப் பற்றி அன்பாகத் தடவியபடியே குழந்தாள்: "என் ராஜாவினாலே எனக்கு ஒரு உதவி ஆக வேண்டியிருக்கு மறுக்காமல் செய்வியோ?"

அவன் அவள் முகத்தையே பார்த்துக்கொண்டிருந்தான். "ஊங்?" என்று தலையசைத்துக் கேட்டாள் அவள்.

"சொல்லு! சொன்னால்தானே தெரியும்"

“அவசரம். அவசியம். எனக்கு நூறு ரூபா வேணும். நாளைக்கே வேணும்.” அவள் விழிகளால் அவனை அளந்து வார்த்தைகளைச் சிந்தினாள்; "உன்னிடம் கேட்க வேண்டாம்னுதான் நினைச்சேன். வேறு யாரிடமும் கிடைக்குமென்று தோணலே. இந்தச் சமயத்திலே நீதான் கொடுத்து உதவணும். சரியா?"

அவன் யோசனையில் சிக்கித் தவித்தான். “ஊங்...சரியா?" என்று அவனை அணைத்து அருகிழுத்தாள் அழகி.

“ஊம்..."

"என்ன யோசனை?" என்று கேட்டு, அவன் முகத்தோடு முகம் சேர்த்தாள் மோகினி.

"நூறு ரூபாயா?"

அவள் இரு கைகளாலும் அவன் தலையை அன்பாகப் பற்றி நிமிர்த்தி, வாசனை அலை பரப்பும் தன் முகத்தை அருகே... அருகே... அருகே, கொஞ்சம் கொஞ்சமாகத் தாழ்த்திக் கொண்டிருந்தாள். கனலெறியும் அவள் கருவிழிகள் அவன் கண்களில் பாயத் துடிப்பதுபோல் பதிந்து மின்னின. அவள் முகம் மிகமிக அண்மையில் குவிந்தது. தாழும் மலர் போலே. "என் ராஜாவுக்கு நூறு ரூபா ஒரு பெரிதா?" என்றாள். அவளது செவ்விய இதழ்கள் அவன் உதட்டில் பதிந்தன. உணர்ச்சி மிகுதியால் அவனை அள்ளி அணைத்து ஆர்வ முத்தமிட்டு - ஆங்கில சினிமாப் படங்களில் சர்வ சாதாரணமாக நிகழும் விஷயத்தை - அற்புதமாகச் செயலாக்கி உணர்த்தினாள். 'இந்திரனார் உலகினிலே இருக்குதடா இன்பம்' என்கிறார்களே, அந்த இன்பத்தின் சுவையை அவன் அப்பொழுது அங்கேயே ருசிப்பதாக மயங்கினான். அவள் தன் பிடியிலிருந்து அவனை விடுவித்து போதையூட்டும் வெறிப் பார்வையை, உரிய சிரிப்போடு, அவன் மீது பதித்து "என்ன ராஜா, இந்த உதவி செய்வாயா? வேணும்னா ஒரு மாதத்திலேயே பணத்தைத் திருப்பித் தருகிறேன்" என்றாள். "அதுக்கென்ன!" என்று அசட்டுச் சிரிப்பு சிரித்தான் அவன்.

அத்தியாயம் : 8

வாசுதேவன் தனியாக இருக்கும்பொழுதெல்லாம் அவன் மனம் இடித்துக்காட்டும்- `நீ ஏமாந்துவிட்டாய்... ஏமாறுகிறாய்... ஏமாந்துகொண்டே இருக்கிறாய்... இன்னும் ஏமாறுவாய்! நீ முட்டாள், மடையன், அசடு!'

அவளுக்கு அநாவசியமாக எவ்வளவு பணம் அழுதாச்சு! அவ்வப்பொழுது கொடுத்தது போதாதென்று மொத்தமாக நூறு ரூபாய் வேறு. அவள் கேட்கும்பொழுது இல்லையென்று அடித்துச் சொல்ல முடியவில்லையே. தான் ஏமாந்தவன், தன்னை வசமாக ஆட்டிவைக்கலாம் என அவள் கண்டுவிட்டாள். அதுதான்!

வரவர அவன் மனதில் அமைதியில்லை. 'என்னதான் பேச்சுத் துணை, லட்சியக் காதல், பிளேட்டோனிக் லவ்' என்று சொல்லிச் சொல்லி சாந்தி செய்துகொள்ள முயன்றாலும் அவன் தன்னைத்தானே ஏமாற்ற இயலவில்லை. அவன் உள்ளம் அவனைச் சுட்டது. அவளிடம் அவன் வேறு எதையும் எதிர்பார்க்கவில்லையென்றால், அவன் இன்றைய நிலையை எண்ணி பூரண திருப்தியல்லவா பெறவேண்டும். திருப்தியா! அது எங்கிருந்து வரும் இப்போது?

மோகினி பலே கைகாரி. அவள் கௌரவமானவளாகக் காட்சியளித்தாலும் எல்லாத் தொழிற்காரிகளிடமும் உள்ள பண்புதான் இருக்கிறது. அவனது நண்பர்கள் சொல்வதுண்டு - இம்மாதிரிப் பெண்களிடம் ரொம்ப எச்சரிக்கையாகப் பழக வேண்டும். கொஞ்சம் ஏமாந்தலே போதும். தளுக்கி மினுக்கிக் குலுக்கி, தட்டிக் கொடுத்து `சரி தம்பி, போயிட்டு வா' என்று அனுப்பிவிடுவார்கள். ஆனால் பணத்தைப் பிடுங்கிக் கொள்ள மறக்க மாட்டார்கள்' என்று.

அவனுடைய முதல் அனுபவமே அப்படித்தான் முடிந்தது. அவனுக்கு ரொம்ப நாளாக ஆசையிருந்தது, அது மாதிரியான வீடு ஒன்றுக்குச் சென்று திரும்ப வேண்டுமென்று. பையில்

இருபது ரூபாய் எடுத்து வைத்துக்கொண்டு `அந்திமந்தாரை'கள் மலர்ந்து நிற்கும் தெருப்பக்கம் போனான். கதவின் பின் நின்று கை ஜாடை காட்டியவர்களும், வாசற்படியில் நின்று "வா வா" என அழைத்தவர்களும், கண்ணடித்துக் கூப்பிட்டவர்களும் - அந்த அனுபவமே அவனுக்குப் புதிது. பட்டணத்து எக்ஸிபிஷனில் நுழைந்த பட்டிக்காட்டான் மாதிரி மிரள மிரள விழித்தபடி நடந்தான். சிலர் சிரித்தார்கள். அவர்கள் தன்னைக் கேலி செய்கிறார்கள் என்றே கருதினான். "இங்கே வாங்களேன்" என்றாள் ஒருத்தி. பார்த்தான்.

பரவால்லே என்று வீட்டினுள் புகுந்துவிட்டான். அவள் கதவடைத்துவிட்டுப் பின் சென்றாள். பையன் புதுசு என்பது அவளுக்கு சுலபமாகவே புரிந்துவிட்டது.

அன்பாகத் தொட்டு அழைத்துச் சென்று பாயில் உட்காரவைத்தாள். தானும் அருகமர்ந்து என்னென்னவோ சொன்னாள். கேட்டாள். செய்தாள். அவனுக்கு பயம். அவன் இதயம் ரைஸ்மில் மாதிரி `திக்கு திக்கு' என்றடித்தது. இங்கு ஏனடா வந்தோம் என்று முழித்துக்கொண்டு உட்கார்ந்திருந்தான். அவள் கிச்சுக் கிச்சு காட்டி விளையாடினாள். பையில் கை போட்டு அவன் வைத்திருந்த பணம் பூராவையும் எடுத்துக்கொண்டு, கொஞ்ச நேரம் சிரித்துப் பேசி மயக்கி, கன்னத்தைக் கிள்ளி அன்பாக வருடி முத்தமிட்டு, நைஸாக வெளியே அனுப்பிவிட்டாள். திருப்தியுறாத அவன் மனம், தான் ஏமாந்துபோனதை எண்ணி ஏங்கிக்கொண்டிருந்தது.

"இந்தத் தேவடியாளுகளே இப்படித்தான். இப்ப நினைத்தாலும்கூட......?" எரிச்சலும் காரணமற்ற வெறுப்பும் தலைதூக்கி ஆடின அவனிடம். ஆனால், முன்னிருந்த பையனல்ல அவன்.

அனுபவ ஞானம் அதிகம் பெற முடிந்தது. வசதிகள் இருந்தன. முக்கியமாகப் பணமிருந்தது.

"இருந்தும் என்ன செய்ய? ஒய்யாரி மோகினி ஏமாற்றிக்கொண்டுதானே இருக்கிறாள்!" இதை நினைக்கவும் வேதனைப் பெருமூச்சுதான் வந்தது. இனி முடியாது. இதற்கு ஏதாவதொரு முடிவு கண்டுவிடவேண்டியதுதான். எத்தனை நாளைக்குத்தான் இளிச்சவாயனாக இருப்பது? இம்முறை நிச்சயம் தான்... அவள் பசப்புகிற பசப்பு. நூறு ரூபாயைத் திருப்பித் தந்துவிடுவாளாமே! ஹே, திருப்பித் தருகிறவளைப் பாருங்க. கள்ளி! இன்னும் பணம் பிடுங்காமலிருந்தால் போதாதா! சரி சரி, இனி பார்த்திடலாமே' என்று வைராக்கியத்தோடு தலையாட்டினான் வாசுதேவன்.

அத்தியாயம் : 9

வாசுதேவன் மோகினியின் வீடடையும் பொழுது இரவு மணி ஏழு.

சிங்காரி ஜோராக டிரஸ் செய்து குஷியாக நாற்காலியில் சாய்ந்து, கால் மேல் கால் போட்டு, ஒரு காலை உல்லாசமாக ஆட்டியபடி இருந்தாள். அவள் அணிந்திருந்த பட்டாடை தரையில் புரண்டு சிற்றலையென எழுந்து விழுந்து எழுந்தசைந்தது கவர்ச்சிகரமாக இருந்தது. அவள் காட்சியளித்த தோற்றமே, சில மில்காரரர்கள் தங்கள் ஆடைகளுக்காக விளம்பர போஸ்டர்களில் அச்சிட்டு அனுப்புகிறார்களே கண்கவரும் கலைச் சித்திரங்கள், அவற்றில் ஒன்றை நினைவுக்கு இழுக்கும். கருநாகம்போல் நெளிந்து குழையும் தலைப்பின்னலை அவள் கழுத்தை அணைந்து வலது தோள் வழியாக முன்புறம் இழுத்து, அங்கவஸ்திரம்போல் வளையவிட்டு இடது தோள் புறமாக பின்னுக்குத் தள்ளியிருந்தது காண்பதற்குஅற்புதமாக இருந்தது.

உறுதியோடு வந்த அவனுக்கு அவளைப் பார்த்ததுமே வைராக்கியம் எல்லாம் நழுவி ஓடுவதாகத் தெரிந்தது. அவள் சொக்குகிற சொகுசுப் பார்வை வெட்டி "ஓ, ராஜாவா! இன்று ஏன் இவ்வளவு நேரம்? நீ வரமாட்டாயோ என்னவோன்னு நினைத்தேன்" என்றாள்.

'பாசாங்குக்காரி... கள்ளி! பசப்புத் தேவடியா!' என்று ஜபம் செய்து உள்ளத்தை கல்லாக்க முயன்றான் அவன்.

"ஏன் இன்னிக்கு ஒரு மாதிரி இருக்கிறே? இப்படி முழிச்சுக்கிட்டு நின்றால்? வா, வந்து உட்காரு ராஜா?" என்று கைவளைகள் கலகலக்க சைகை செய்தாள் அவள்.

அவன் அவளருகில் போய் உட்கார்ந்தான். மோகினி அவன் இடுப்பில் கை போட்டு இழுத்தணைத்து தன் கன்னத்தோடு

அவன் கன்னத்தைச் சேர்த்துக்கொண்டு அசைந்து ஆடினாள். “ஏன் ராஜா, உனக்கு உடம்புக்கு குணமில்லையா? மேலெல்லாம் சுடுதே!" என்று கேட்டாள்.

"உடல் மட்டுமா சுடுது! உள்ளமும் கொதிக்கிறது” என்று சாரமற்ற குரலில் சொன்னான் அவன்.

அவள் கலுக்குச் சிரிப்பு உதிர்த்தாள்.

"ஐயோ பாவம்!" என்று செல்லமாக அவன் கன்னத்தைக் கிள்ளினாள்.

“இந்தா பாரு மோகினி! என்னை ஏமாற்றிவந்தது போதும். இன்னும் ஏமாற்றிக்கொண்டிருப்பதைவிட, `நீ இங்கே வரவேண்டாம்; தொலைஞ்சு போ!' என்று சொல்லிவிடேன்.

"எதுக்காக வீண் பசப்புதல்? பணம் பிடுங்குவதற்காகவா?" என்றான் அவன். `அட பரவால்லியே! நமக்குக் கூட துணிச்சல் ஏற்பட்டுவிட்டதே!' என்று தன்னையே பாராட்டிக் கொண்டான்.

அவள், அவனை ஒரு தினுசாகப் பார்த்தாள்.

"போதும் போதும்! உன் விஷப் பார்வையும் சிரிப்பும், இனிப்பான பேச்சும் தொட்டுப் பிடித்தலும்தான் லாபம். உனக்கு பணம் கொட்டிக் கொடுக்கிறவனின் மூளை குழம்பாமல் என்ன செய்யும்? ஏன் தற்கொலை செய்துகொள்ள மாட்டான்? ஊர்ப் பெரிய மனிதன் உன்னால் ஏமாந்த சோணகிரியானதை மறைப்பதற்காக ஊரைவிட்டு ஓடினான் என்றால், ஏன் ஓடமாட்டான்? நீ மோகினி பிசாசுதானா என்னவோ!” – வரவர அவனது ஆத்திரம் சொல்லுக்குச் சூடேற்றி வந்தது.

அவள் மௌனமாக இருந்தாள். அவள் பார்வை தரையில் பதிந்திருந்தது. பெருமூச்செறிந்து, எழுந்து விலக முயன்றாள். அவன் அவள் கையைப் பிடித்திழுத்து அருகே உட்கார

வைத்தான். வெறித்தனமாக அவளை அணைத்து முகத்தில், உதடுகளில் முத்தம் பதித்தான்.

"மோகினி, இன்று நீ என்னை ஏமாற்ற முடியாது. ஆமா. வேணும்னா இன்னைக்கு உனக்குத் தேவையான பணம் எடுத்துக்கொள். இந்தா" என்று மணிப்பர்ஸை அவள் மடியிலே போட்டான்.

அவள் சிரிக்கவில்லை. அவனை மயக்க முயலவில்லை. அவனிடமிருந்து விலகிச் செல்லவே திமிறினாள். அவன் விடமாட்டான் என்று படவே அவள் மெதுவாகச் சொன்னாள்:

"ராஜா, வேண்டாம். விட்டுவிடு."

"ஊஹூம்" என்று உறுமி, அவன் அவளை மறுபடியும் அள்ளியணைய முயல்கையில் அவள் முரட்டுத்தனமாக அவனைத் தள்ளினாள். அவளுக்கு இவ்வளவு பலம் ஏது" என்று அதிசயித்தான் அவன். இருப்பினும் அவளை விட்டுவிடவில்லை. அவள் அவனைப் பழிவாங்க விரும்புவதுபோல் பார்த்தாள். கர்வச் சிரிப்போடு சொன்னாள்: "ராஜா, ஏனிந்த வெறியாட்டம்! உனக்கு எவ்விதமான பயனும் கிட்டாது."

'ஏன்?' என்று விழியால் வினவினான் அவன்.

"உண்மையைச் சொல்லிவிடலாம். பாவம், உனக்கும் பைத்தியமோ வாழ்க்கையில் வெறுப்போ ஏற்பட்டுவிட்டால்? சாகவேண்டிய வயசில்லையே உனக்கு"

"என்னடி நாடகம் நடிக்கிறாய்? இப்படிப் பேசி அனுப்பிவிடலாம்னு பார்க்கியா? மற்றவங்களையும் இப்படி ஐயா மிரட்டித்தான் அனுப்பினியோ? இந்தப் பொட்டை மிரட்டுதல்களுக்கெல்லாம் அஞ்சினவனில்லை தெரியுமா? ஹேஹ்!" என்று கொக்கரித்தான் அவன்.

அவள் சிரித்தாள். “அட என் சிங்கக்குட்டியேன்னாளாம்! பேஷ். அவர்களுக்கு உணர்த்திய மாதிரி உனக்கும் புத்தி வரப் பண்ணிடலாம்.

ஆனால், உன் மீது எனக்கு ஒருவித அன்பும் அனுதாபமும் ஆரம்பம் முதலே ஏற்பட்டிருக்கு. நீ ரொம்ப நல்ல பையன். ஆனா உலகம் தெரியாதவன்."

"ஹே, என்ன கதையளக்கிறே! ஏ அம்மாளு, இப்படிப் பக்கத்திலே வாம்மா” என்று அவளை இழுக்கக் கை நீட்டினான்.

“தம்பி, நான் அம்மாளுமில்லே. குட்டியுமில்லை. அநாவசியமாப் பேசாதே!” - அவள் சொன்ன மிடுக்கும் தோரணையும் அவனைத் தயங்கச் செய்தன. இதுவரை அறியாத மோகினியின் புதுமைப் பேச்சாக ஒலித்தது அது. "நான் பெண் அல்ல" என்றாள் அவள் மெதுவாக.

"பின், பிசாசோ!" என்று சிரித்தான் அவன். `பெண்ணில்லையென்றால்? ஒருவேளை.... அப்படியுமிருக்குமோ! பெண்ணுமில்லாத ஆணுமில்லாத பிறவியாக!' என்று எண்ணக் காற்றாடிவிட்டது சிந்தனை. "இந்த உலகத்திலே எவன் யோக்கியமாக வாழ முடிகிறது? நல்லவனுக்குக் காலமில்லை என்று பலரும் சொல்கிறார்கள். இல்லையா? அவ்வேளையில், நல்லவனாய் வாழவும் முடிவதில்லை அவர்களால். ஏன்? துணிச்சல் இல்லை. தலைமுறை தலைமுறையாக ரத்தத்தில் ஊறி, இன்னும் போதிக்கப்பட்டு வருகிற தர்மம், நியாயம், கடவுள், மனச்சாட்சி எல்லாம் அவர்களை உருப்படவிடாமல் செய்கின்றன. அவர்களை இவை வாழவும் விடுவதில்லை. தாழவும் விடுவதில்லை. அதனாலே வாழ்வில் பெரும்பகுதியானவர்கள் இரண்டுங் கெட்டான்களாகத் திண்டாடுகிறார்கள். ஆனால், எதற்கும் துணிந்துவிடுகிற அயோக்கியர்கள் - அவர்களிடம் பணம் இருக்கிறது என்கிற ஒரே காரணத்தினால்... அதுவும் அவர்கள் கொள்ளையடித்தும்,

சுரண்டல்கள் பிளாக்மார்க்கெட் தனங்கள் செய்தும் சேர்த்த பணமாக இருக்கலாம். அல்லது அப்பன், பாட்டன், தாலியறுத்தவள் எவளாவது அல்லது பெண்டாட்டியாக வருகிறவர்கள் சேர்த்துக் கொடுத்ததாகவும் இருக்கலாம். இப்படி எந்த வழியிலாவது கிடைத்த பணத்தைக் கொண்டு-செய்கிற அநியாயங்களுக்குக் கணக்கு உண்டா? இந்த வீணர்கள் செய்கிற அயோக்கியத்தனங்களும் லீலைகளும் எத்தனையோ பேருக்கு ஆசைகாட்டி அவர்களையும் ஏமாற்றுக்காரர்களாகும்படியும், பம்மாத்துப் பண்ணி தன்னைவிட அப்பாவிகளாக இருப்பவர்களை வஞ்சித்து வாழும்படியும் தூண்டுகின்றன. நல்லவர்கள், உழைப்பாளிகள், திறமைசாலிகள், வாழ்வின் அடிப்படைத் தேவைகளைக்கூடப் பெற முடிவதில்லை. அன்றாட உணவுக்கும் நல்ல உடைக்கும்கூட லாட்டரி போட வேண்டிய நிலைமைதானிருக்கிறது. எத்தர்களும் சுயநலமிகளும் சுரண்டல்வாதிகளும் தங்கள் இன்ப ராஜ்ஜியத்தை நிரந்தரமாக ஸ்தாபிக்க ஆதியில் ஏற்படுத்தப்பட்ட கடவுள், மதம், ஜாதி, தர்மம், பாவம் புண்ணியம், விதி, சொர்க்கம், நரகம் என்கிற மயக்குப் பேச்சுகள் பெரும்பகுதியினரை முதுகெலும்பற்றவர்களாய், கஷ்டப்பட்டாலும் மண்ணோடு மண்ணாகக் கிடந்து பார்வையை மட்டும் வானத்தை நோக்கி விட்டெறிந்து ஏக்க மூச்சை நீளவிடும் புழுக்களாக, அக்கிரமங்களையும், அநியாயங்களையும் எதிர்த்துப் போராடத் தெம்பற்றவர்களாக மாற்றிவிட்டன. அதே வேளையில், ஒருசிலரை உல்லாசிகளாக, வீணர்களாக, வெறியர்களாக வாழ அவர்கள் மனதிலே ஈரமில்லை. அவர்கள் வாழ்விலே நேர்மையில்லை. நியாயமில்லை. அவர்களிடம் அன்பு இல்லை. அவர்களுக்கு இருப்பதெல்லாம் இரண்டு பித்துகள் - பணப்பித்தும், பெண்பித்தும்.... இந்த உலகத்தில் ஆணாக ஏன் பிறந்தோம், வகைசெய்திருக்கிறது.

பெண்ணாகப் பிறந்திருக்கக் கூடாதா என்ற எண்ணத்தைப் பலருக்கு உண்டாக்குகிறது பெண்கள் பெறுகிற

கௌரவங்களும் அந்தஸ்தும் மதிப்பும், அவர்கள் அடைய முடிகிற

வசதிகளும் சேர்ந்து, எங்கும் பெண் சுலபமாக வசதிகள் பெற்றுவிட முடிகிறது. அவள் தளுக்குக்காரியாக, காமவல்லியாக, கிரக்கடிக்கும் சரசியாகத் திரிந்தால் எத்தனையோ பேரை அடிமைப்படுத்தி தனக்கு வேண்டியதைச் சாதித்துக்கொள்ள முடிகிறது. இதையெல்லாம் பார்த்தபோது நானும் ஏன் ஒய்யாரியாக நடிக்கக் கூடாதென்று நினைத்தேன்.... குறுக்கே பேசாதே! சந்தேகங்கள்- முடிவு வரையில் ஏதாவது மிஞ்சி நிற்குமானால்- பிறகு கேள்... நான் படித்தேன். வேலை பார்க்கத் தயாராக இருந்தேன். ஒரு வேலை கிடைத்தது. நான் செய்யாத தவறுக்காக எனக்கு சீட்டு கொடுத்து அனுப்பிவிட்டார் முதலாளி. நான் பட்டினி கிடக்க நேர்ந்தது.

என் மனைவியும் என்குழந்தைகளும் -அன்று வந்திருந்தார்களே. நீதானே பார்த்தாய் அவர்களை. ஆனால் அப்பொழுது உனக்கு அவர்கள் யாரென்று புரிந்திராது - பட்டினி கிடந்தது உண்டு. அவர்களை எத்தனை காலம் என் மாமனார் வீட்டில் தங்கவிடுவது? எனக்குப் பணம் வேண்டும். நான் உழைக்கத் தயார். வேலையில்லை. எனக்கு தேவைகள் உண்டு. பூர்த்திசெய்ய வழியில்லை. நானும் மனிதன்தான்.

சந்தர்ப்பவசத்தினால் வாழ்வின் மேல் படியில் ஏறிவிட்டவர்கள் அப்படி என்னை மதிக்கவில்லை. இல்லாத குறையினாலும், கிடைப்பது போதாத காரணத்தினாலும், என்னைப் போன்றவர்கள் - சக மனிதர்களே - என்னை நேசிக்க முடிவதில்லை. எல்லோரும் ஏமாற்றவே விரும்புகிறார்கள். நல்லவனாக வாழ்வது தப்பு; நல்லவன் என்று கருதப்படுகிறவன் தன்னிலும் நல்லவனை ஏய்க்கவே தவிக்கிறான் என்பதை நான் நன்கு உணர முடிந்தது. அதனால் நானும் பழிவாங்கத் தீர்மானித்தேன். முதல் ரக எத்தனாக வாழ நினைத்தேன். சுலபமாகச் சம்பாதிக்க, பெண்ணாக ஒய்யாரியாக - நடித்தேன். எனக்கு வெற்றிதான்...." "நீதான்

பாரேன். நான் ஆணுடையிலேயே வந்து, உன்னிடம் பணம் கேட்டிருந்தால் பத்தும் நூறும் - ஏன், பர்ஸையே! – கொடுக்கத் துணிவாயா? ஓரணாக்கூடக் கொடுக்கமாட்டாய். ஆனால், தளுக்குக்காரியாக மினுக்கிக் குலுக்கி பிகு பண்ணப் பண்ண, பணம்கொண்டு அர்ச்சிக்கத் தயாராக இருக்கிறாய். இன்றைய சமுதாயத்தின் பெரும்பாலானவர்களின் பண்பு இதுதான். அதை மூலதனமாக்கி எனக்குத் தேவையான பணம் திரட்ட முயன்றேன். போதுமானபடி கிடைத்தது. இனி நான் யோக்கியமாக ஏதாவது பிசினஸ் செய்து வாழ முடியும்..... நான் பெண் அல்ல. இனி நான் பெண்ணாக நடிக்க வேண்டிய தேவையுமில்லை. ஆணாகவே வாழலாம் அயலூர் சேர்ந்து!" எதிர்பாராத பிரசங்கமும், சொல்லப்பட்ட வேகமும் உண்மையும் அவனை உலுக்கின. எள்ளி நகையாடின. என்ன சொல்வது என்று புரியாமல் முழித்துக்கொண்டிருந்தான் வாசுதேவன். "உனக்கு நம்பிக்கை இல்லையா?" என்று கேட்டு மோகினி எழுந்து சென்று வாசல் கதவைச் சாத்தித் தாழிட்டுவிட்டு வந்தமார்ந்தாள். அவள் மேலாடை நழுவிக் கீழே விழுந்தது. பளபளக்கும் பட்டு ஜாக்கட்டுடன் மினுமினுக்கும் பந்தனைய மார்பகம் மேல் அவன் கண்கள் நிலைத்தன.

மோகினி குறும்பாகச் சிரித்தபடி ஜாக்கெட் முதலியவற்றுக்கு விடைகொடுத்து விட்டெறியவும், நாடகக்காரர்கள் பெண் வேஷத்திற்கு உபயோகிக்கும் `அலங்காரத் துணை' கண்களை உறுத்தியது. பெண்களின் எடுப்பான கவர்ச்சியை நையாண்டி செய்வதுபோலிருந்தது அவ்வேளையத் தோற்றம். மோகினியின் கருங்குழற் பின்னல் கழன்று கையோடு வந்தது. நாடகமேடையின் பின்புறம் வேஷம் கட்டி பவுடர் பூசிக்கொள்ள அமைந்துள்ள அறையில் அறைகுறை அலங்காரத்தோடு உட்கார்ந்திருக்கும் ஸ்திரீ பார்ட்காரன் மாதிரி இருந்தது மோகினியின் தோற்றம்.

'அது சரி.'

"போதும் போதும்" என்று அவசரமாக அறிவித்தான் வாசுதேவன். உன்னிடம் ஏமாந்தவர்கள் நீ செய்வது மோசடி என உணர்ந்தும் உன்னைக் காட்டிக்கொடுத்திருந்தால்?" என்று கேட்டான்.

"உண்மையை யாரும் அம்பலப்படுத்தவில்லையே, பின் வீணாக எதற்கு?"

"இல்லை. சொல்லியிருந்தால் என்ன செய்திருப்பாய்?"

"சொல்லமாட்டார்கள் என்ற துணிச்சல்தான் துணை. மனிதரில் பெரும்பாலோருக்கு குலப்பெருமை, போலி கௌரவம், பெரிய மனுஷத்தனம், அந்தஸ்து என்று வீண் சபலங்கள் உண்டு. நாகரிக ஆசாமி எழுந்ததும் அடிபட்டுவிட்டதா என்று பார்ப்பது பிறகுதான். தான் விழுந்ததை யாரும் கவனிக்கவில்லையே என்றுதான் அவன் பார்வை ஆராய்கிறது முதலில். பக்கத்தில் யாருமில்லையென்றால் அடிபட்ட இடத்தைத் தடவுவான். சிலர் நின்றால்கூட எதுவும் தெருவில் விழுந்துவிட்டால், தூரத்தில் நடவாததுபோல் கௌரவமாக முன் செல்ல முயல்வான். ஏன்? விழுந்தவனைக் கண்டு மற்றவர்கள் கேலியாகச் சிரிக்கவே முந்துகிறார்கள். அது அவனுடைய தன்மானத்தை பாதிக்கிறது. அதே மாதிரித்தான்... அது ஏன்! தொழிற்காரி வீட்டுக்குப் போய் சீக்கு வாங்கிக் கொள்கிறவன் அதைப் பெருமையாகவா சொல்லித் திரிகிறான்? மறைத்து மூடி வைக்கத்தானே முயல்கிறான்.

முற்றிவிட்டது என்றதும்தான் டாக்டரிடம் ஓடுகிறான்... பெரிய மனிதர்கள் இவ்விதம் ஏமாந்ததை வெளியே சொல்லமாட்டார்கள். சொல்லத் தொடங்கினால் அவர்கள் புரவோலம்தான் சந்தி சிரிக்கும். பெரிய மனிதர்களையும் பணக்காரர்களையும் எப்பொழுது புழுதியிலே தள்ளிக் கை கொட்டிச் சிரிக்கலாம் என்று காத்துக்கொண்டிருக்கிறார்கள் சாதாரண மக்கள். அதனால்தான் எந்த வகையிலாவது உயர்ந்துவிட்ட பெரியோர்களைப் பற்றி மோசமாக எழுதுகிற

மஞ்சள் பத்திரிகைகளுக்கும், பரப்பப்படுகிற வதந்திகளுக்கும் வரவேற்பு அதிகமிருக்கிறது."

"ஏமாந்தவன் உடனேயே உன்னைக் கொல்ல முயன்றிருந்தால்?" "அவ்வளவு துணிவு ஏது பெண்பித்து பிடித்தலையும் பணக்காரர்களுக்கு?

பிறகுதான் அடி ஆட்களை ஏவியும் கூலிக்காரக் குண்டர்களைப் பிடித்தும் வஞ்சம் தீர்த்துக்கொள்ள முயல்வார்கள், பணபலம் படைத்தவர்கள். ஆனால் என் விஷயத்தில்... உண்மை எத்தகைய அதிர்ச்சியை உண்டாக்கும் என்பது உனக்குத் தெரியாது. உன்னிடம் அன்பும் பரிவும் கொண்டு இவ்வளவு தூரம் விளக்கிக் கொண்டிருக்கிறேன். சாதாரணமாக, பல தினங்களாக ஏமாந்து பசி தணியாது வெறியோடு வருகிறவர்கள் - நீ அப்பொழுது மிருகமாகப் பார்த்தாயே, அப்படி!- இன்னும் அதிகமான மோக மூட்டப்பட்டதும் போதையில் கிரங்கி படுக்கையறைக்கு ஆவலோடு இழுத்துச் செல்கிறார்கள். அவர்களுக்கு இணங்குவதுபோலெல்லாம் பாவலாப் பண்ணி அவர்கள் வெறியைத் தூண்டிவிட்டு சுவாரஸ்யமான கட்டத்திலே அவர்களாகவே உண்மையைக் காணும்படி வேடிக்கை பண்ணும்போது, அவர்கள் முகம் போகிற போக்கு! அவர்கள் அடைகிற ஏமாற்றமும் கலவரமும், அதிர்ச்சியும்... நினைக்கும்போதெல்லாம் சிரிப்புதான் வருகிறது. மனிதன் புத்திசாலியாம்! மூளையும் அறிவும் இருக்கிறதாம்! ஆனால், இது மாதிரியான சந்தர்ப்பங்களில் அல்லது அசந்தர்ப்பங்களோ... – அவன் மிருகத்தைவிட மோசமாகிவிடுகிறான்."

"மோகினி" யின் சிரிப்பு அறையெங்கும் வியாபித்தது.

"உம். உனக்கு சிரிப்புத்தான். இந்த விபரீத விளையாட்டு வினையாக முடிந்திருந்தாலோ?" "நாவலிலும் நாடகத்திலும் சினிமாவிலும் கலையிலும் ரொமான்ஸ் இருப்பது போதாது; நம்ம என்றுதான் துணிந்தேன். ஆபத்து வந்தால் ஸ்டன்ட்

பண்ணி டபாய்க்க முடிந்தால் வாழ்விலும் இருக்கட்டுமே நல்லது. இல்லையெனில், வருவதை ஏற்றுக்கொள்ள வேண்டியதுதான்.

"துணிந்த கட்டைதான்! உன் பெயரென்ன? இதுவரை நீ சொல்லவேயில்லையே."

"மோகினி என்று அழைத்தாய். இப்பொழுது மோகன் என்று சொல்லேன்! பெயரில் என்ன இருக்கிறது!" என்ற மழுப்பல்தான் பதிலாகக் கிடைத்தது.

"நான் உண்மையை ஊரறியச் சொல்லிவிட்டால்?"

"சொல்லேன். என் எதிர்காலம் உனக்கென்ன? சரி போய் வா தம்பி! என்னுடைய கவலைதானே. இந்தா உன் பர்ஸு" என்று நீண்டது

வளைகள் நீங்காக் கரம்.

"அதையும் வைத்துக்கொள். நீ கற்று தந்த பாடத்துக்கு விட்டகுறை தீர்த்த கணக்காக இருக்கட்டுமே!" என்று சொல்லி எழுந்தான் வாசுதேவன்.

'ஆமா. உன் வயசு என்ன? அனுபவம் அதிகம் பெற்றது மாதிரி..."

"எனக்கு இப்போது வயசு முப்பது. மோகினிக்கு என்றால் ரசிகர்களின் கண் மதிப்பைப் பொறுத்தது!

அனுபவமா? எனது வியாபாரத்துக்குத் துணை செய்த தராசு அதுதானே!" மோகினி வேஷம் முழுவதும் கலையாத உருவம் கவலையற்றுச் சிரித்தது. கலீன் சிரிப்பொலி பிரிவுபசாரம் கூற அவன் வெளியே வந்தான்.

`என்ன நாடகமிது! ஆனால் அன்றைக்கே மோகினி சொன்னாள் - வாழ்க்கையிலேயே நடிக்கத்தான் வேண்டியிருக்கிறது என்று. அதன்

அர்த்தம் இப்போதுதான் புரிகிறது' என்று வாசுதேவனின் சிந்தனை பேசியது.

அத்தியாயம் : 10

ஊர்க்காரர்களுக்கும் விஷயம் வெட்ட வெளிச்சமாகியது. வாசுதேவன் அரை வெட்டு அறிஞரிடம் சொன்னான். அப்புறம் மர்மம் ஏது! மூடு மந்திரம் ஏது!

வம்பர் மகாசபையின் விசேஷம் கூட்டத்திலே அ.வெ.அறிஞர் ஆரவாரங்கள் செய்தார். "விஷயம் தெரியுமா ஐயா! நம்ம ஊர் ஒய்யாரி... அந்த வாசுதேவன்..."

"என்ன, அடுத்த பலியா?" என்று பதறினார் ஒருவர்.

"அதுக்கு இன்னும் அடுத்த அமாவாசை வரலியே. நான் சொல்றேன். நீங்க கவனியுங்க. அவ மோகினிப் பிசாசுதான். ஆமா, எனக்கு சந்தேகமே கிடையாது" என்றது பஞ்சாங்கம்.

அறிஞர் "மண்ணாங்கட்டி!" என முத்தாய்ப்பு வைத்தார்.

"வீணெழவு சண்டை எதுக்கு? மோகினி ஊரைவிட்டே ஓடிப்போயிட்டா. நேற்று இரவு நடுச்சாமத்திலே நம்ம தெருவழியாக ஜட்கா போச்சுது. யாருடா இந்த நேரத்தில் யாத்திரை கிளம்புதான்னு பார்த்தேன். மோகினி!" என்று அறிவித்தார் அனுபவஸ்தர்.

"பார்த்தேளா! வெள்ளிக்கிழமை ராத்திரி. நடுச்சாமம். மல்லிகை மணம் மோகினி! வேறே என்னய்யா ருஜு வேணும்... ஊர்வலம்! அவ பிசாசுதான். ஆமா" எனக் கூவினார் பஞ்சாங்கதாசர்.

"தெருப்புழுதி. களிமண்ணு. ஊர்ச் சாக்கடை. அதுதான் உம்ம மூளை" என்று வந்து விழுந்தது அறிஞரின் கண்டனம்.

"மோகினி ஒழிஞ்சாளா! ஊருக்கு இனிமேல் விடிவுகாலம்தான்.

"ஒழிஞ்சாளா என்ன! ஒழிஞ்சான் என்று சொல்லும். அள் இல்லே ஐயா, அன்! விகுதி! மோகினி ஒரு அள் அல்ல. அன்! அவள் அல்ல அவன்.

எமப் பளுவன் ஐயா அவன். ரெண்டு மாசமா ஊரை என்ன பாடுபடுத்திப்போட்டான், ஏதோ நாலாயிரம், ஐயாயிரம் சேர்த்திருப்பான்!" என்ற அறிஞரின் பேச்சு பரபரப்பை உண்டாக்கியது.

"என்னய்யா விஷயம்? ஏதோ வெடிகுண்டைத் தூக்கிப் போடுகிறீரே! என்ன சொல்லும்." விளக்கினார் அறிஞர். வாசுதேவன்

சாட்சி என்றார். அவன் வந்து விரிவாகவே சொன்னான்.

"உனக்கு எவ்வளவுடே நஷ்டம்?" அறிஞர் லாபக் கணக்கு வாசித்தார்.

"இவனுக்கு நஷ்டமே கிடையாது. அனுபவம் லாபம். உண்மையை ஊரறியச் செய்தது லாபம். அனுபவம்தான் பெருசு. பணம் ஒரு பெரிதா! ஊஹும்."

'அது சரி. நம்ம பண்ணையார்வாள், பட்டுலேஞ்சிகள் எல்லாம் இதை ஏன் முன்னமேயே சொல்லியிருக்கப்படாது?"

"பிள்ளையாரு வயித்திலே கை வய்யிடா; என்ன அருமையான வாசனை இருக்கு தெரியுமான்னு தேளால் கொட்டப்பட்ட முதல் திருடன் சொல்ல, அவனைப் பின்பற்றி எல்லாத் திருடர்களும் பிள்ளையார் விக்கிரகத்தின் வயிற்றிலே கை வைத்துக் கொட்டுதல் பெற்றாலும், அடுத்தவனும் பட்டு அனுபவிக்கட்டும் என்று மௌனமாக இருந்தார்கள் என்று ஒரு கதை சொல்லுவார்களே அந்த மாதிரி...." என்று அளப்பர் ஆரம்பித்தார்.

"இது வாலறுந்த நரி என்கிற கதையின் மாரீசம் தன்னைப்போல பிறத்தியாரும் வாலறுபட்டு மோசம்

போகட்டுமே என்கிற நல்லெண்ணத்தோடு நரியார் வழி காட்டியதுபோல், நம்மூர் பிரபலஸ்தர்களும் நரித்தனம் செய்திருக்கிறார்கள். ஏமாந்தும் புத்திசாலியாக நடந்துகொண்டவன், செத்துப்போனானே அவன்தான்" என்று `ஊடுபாவு ஓட்டினார்' அரைவெட்டு.

"இவன் எப்பவுமே இப்படித்தான். அகம்பாவம் - இது `பஞ்சாங்க' முணமுணப்பு.

"இருந்தாலும் அந்தப் பய பெரிய எம்டன்தான். பலே கோப்பன் சார்!"

"என்ன, லேசாகச் சொல்லிட்டீகளே! வெறும் கோப்பனா அவன்! மலைக்கோப்பன்... பெரீய்ய ஆளு!"

இப்படியாகத்தானே வியப்புகள் உதிர்ந்து எங்கும் ஒலித்தன. மோகினி பற்றிய புதிர் விடுபட்டாலும்கூட, அவர்கள் அவளைப் பற்றிப் பேசுவதை விடமுடியவில்லை. பேசி என்ன பயன்? ஒய்யாரியின் நடமாட்டத்தை இழந்த அந்த ஊர், கொஞ்சம் சோபை யழிந்து தூங்கி வழிந்தது என்றுதான் சொல்ல வேண்டும்.

முற்றும்

★★★

www.ingramcontent.com/pod-product-compliance
Lightning Source LLC
LaVergne TN
LVHW050954051026
849532LV00005B/1832

* 9 7 8 8 1 9 9 7 3 6 1 3 9 *